நவம்

எண்வழிக் கட்டுரைகள்

நாஞ்சில்நாடன்

விஜயா பதிப்பகம்
20, ராஜ வீதி,
கோயம்புத்தூர் - 641 001.
vijayapathippagam2007@gmail.com

நவம்
எண்வழிக் கட்டுரைகள்

Navam
(Envazhik Katturaikal)

ஆசிரியர் : நாஞ்சில்நாடன்

முதல் பதிப்பு : அக்டோபர் 2018

விஜயா பதிப்பகம்

20, ராஜ வீதி, கோயம்புத்தூர் - 641 001.
℃ 0422 - 2382614 / 2385614
vijayapathippagam2007@gmail.com

ஒளியச்சு / புத்தக வடிவமைப்பு : ஐரிஸ் கிராபிக்ஸ், கோவை.
அட்டை வடிவமைப்பு : மௌஸ் பாய்ண்ட், சென்னை.
அச்சாக்கம் : ஜோதி எண்டர்பிரைசஸ், சென்னை - 5.
ISBN : 81-8446-924-1 / பக்கம் : 200 / விலை : ரூ.150/-

சமர்ப்பணம்

தமிழில் அகராதிகள் தொகுத்த
அனைத்து மேதமைகளுக்கும்

நன்றி

தமிழினி
சொல்வனம்
பவித்ரா பதிப்பகம்
சிறுவாணி வாசகர் மையம்

தப்புரு பலவே!

தமிழினி பதிப்பகத்தின் சார்பில், 'தமிழினி' என்ற பெயரில் இலக்கிய மாத இதழ் ஒன்று 2008 - 2009 காலகட்டத்தில் வந்தது. அவர்களுக்கு ஒரு கட்டுரை எழுத யோசித்த போது, எட்டு என்ற எண் குறுக்கு வெட்டியது. கணிதத்தில் பட்ட மேற்படிப்பு என்ற தகுதியின் காரணமாக இல்லாமல், தமிழ்ச் சொற்கள், தமிழில் புழங்கும் வட சொற்கள் என்ற தேடலின் காரணமாக இருந்தது.

கல்லாமை அதிகாரத்துக் குறள் சொல்கிறது,

கல்லாதான் சொல் காமுறுதல் முலை இரண்டும்
இல்லாதாள் பெண் காமுற்றற்று

என்று. முறையான தமிழ்க்கல்வி வாய்க்கப் பெறாத காரணத்தால், வள்ளுவர் கூற்றுப்படி சொற்களைக் காமுறத் தொடங்கினேன். முறையான தமிழ்க்கல்வி பெற வாய்த்தவர் எந்த மலையை மறித்தார்கள் என்று என்னைக் கேளாதீர்!

ஒரு தகவலுக்காக இங்கு பதிவு செய்ய விழைவது, திருக்குறள் இன்னும் ஒரேயொரு குறளில் முலை பற்றிப் பேசுகிறது. களவியல் அதிகாரம்

கடாஅக் களிற்றின் மேல் கட்படா மாதர்
படாஅ முலைமேல் துகில்

சுவாரசியமான காமத்துப்பால் குறள். விளக்கம் கூற இது தக்க தருணம் இல்லை அம்மா!

இவ்விதம் சொல் காமுறும் வேலையில் இருந்தபோதுதான் எண்கள் பற்றிய கட்டுரைகளை எழுத ஆரம்பித்தேன். முதலில் 'அட்டம்' 2008 ஆகஸ்ட் தமிழினி இதழில் வெளியானது. தொடர்ந்து, 'சப்தம்',

'அறுமுகம்', 'பஞ்சம்' வெளியாயின. பின்பு அந்த வரிசையைத் தொடர இயலாமற் போயிற்று. அந்த நான்கு கட்டுரைகளும் விஜயா பதிப்பக வெளியீடான 'திகம்பரம்' எனும் என் கட்டுரைத் தொகுப்பில் இடம் பெற்றன. நீண்ட நாட்களுக்குப் பிறகு 'சதுரம்' என்ற ஐந்தாவது கட்டுரை, 'சொல்வனம்' இணைய இதழில் ஏப்ரல் 2016-ல் வெளியாயிற்று. இந்தக் கட்டுரை, 'விசும்பின்துளி' என்ற விஜயா பதிப்பக வெளியீடாக வந்த எனது கட்டுரைத் தொகுப்பில், இடம்பெற்றது.

சொல்வனம் தந்த ஆதரவும் பாராட்டும் அந்த வகைக் கட்டுரைகளைத் தொடர்ந்து எழுதத் தூண்டுதல் தந்தது. அந்த வரிசையில் எழுதப் பெற்றவையே மும்மை, இருமை, ஒருமை, நவம், தசம் எனும் கட்டுரைகளும். இந்தக் கட்டுரைகள் 'தமிழினி' வெளியீடான 'சொல்லாழி' தொகுப்பில் உள்ளன.

'சிறுவாணி வாசகர் மையம்' வெளியிட்ட முதல் நூலாக, மேற்சொன்ன எண்கள் பற்றிய பத்து கட்டுரைகளும் 'நவம்' எனும் தலைப்பில் வெளியானது.

'நவம்' தொகுப்பிலுள்ள இந்தப் பத்துக் கட்டுரைகளும் ஒன்று முதல் பத்து எனும் வரிசையில் எழுதப் பெற்றவை அல்ல என்றாலும் தொகுப்பாகும்போது அந்த வரிசையிலேயே அச்சாகின்றன. எனவே சில கட்டுரைகளின் அறிமுகப் பகுதியில் சில மயக்கங்கள் ஏற்படக் கூடும். அது எழுதியவனின் ஒழுங்குப்பிழை. பொறுத்துக் கொள்ள வேண்டும். ஏன், அந்த வரிசையிலேயே எழுதியிருக்கலாமே என்று கேட்கக் கூடும். எனக்கு அந்த வரிசையில் எழுதவரவில்லை. படைப்பிலக்கியம் என்பது வரிசையில் நில்லாது, ஒழுங்குக்குள் அடங்காது, ஆணைகளுக்கும் பணியாது.

எந்த ஒழுங்கில் எழுதப் பெற்றிருந்தாலும், இந்தக் கட்டுரைகள் சிறந்த வாசிப்பு அனுபவத்தைத் தரும் என்பது என் நம்பிக்கை.

எண்கள் சார்ந்த சொற்களைத் தேடும்போது, வடசொற்கள், மரபு சார்ந்த செய்திகள் அதிகம் கையகப்பட்டன. எதனையும் விட்டுவிட்டுப் போக எனக்கு உவப்பில்லை. இலக்கியம், மரபு, மொழி என நடக்கும் போது அரசியல் குறுக்கிடவும் நான் அனுமதிக்கவில்லை. மேலும் அனைத்துச் செய்திகளும் இவற்றுள் அடக்கம் என்றும் துணிய இயலாது. இன்னும் பல மடங்கு சொற்கள் மீதமிருக்கலாம். இருக்கலாம் என்ன,

இருக்கும். பத்துடன் எண்கள் பற்றிய தேடலும் முடிந்து போவதில்லை. சுழியம், சூன்யம், பூஜ்யம், சைபர் அல்லது ஜீரோ இன்னொரு தேடல். பன்னிரண்டு, பதினெட்டு, நூற்றெட்டு போன்ற எண்களும் ஒருவித மாயத்தன்மை கொண்டவைதான்.

எவரும் முயற்சி செய்யலாம்!

இந்தக் கட்டுரைகளை எழுதி வரும் காலை, எனது ஐயங்கள் தீர்த்தோர் அநேகம். நான் பயன்படுத்திய பேரகராதிகள், அகராதிகள், நிகண்டுகள் பல. கடைசிப் பக்கத்தில் அதற்கான பட்டியல் உண்டு. யாவர்க்கும் நன்றி, கடப்பாடு.

கோவையின் புகழ்பெற்ற வெளியீட்டு நிறுவனமான 'விஜயா பதிப்பகம்' சிறந்த பதிப்பாக தற்போது 'நவம்' தொகுப்பினைக் கொணர்கிறது. திரு. மு. வேலாயுதம், திரு. வே. சிதம்பரம் ஆகியோருக்கு நன்றி.

அட்டை ஓவியம் வடிவமைத்த, சிறப்பாகத் தட்டச்சு செய்த, புத்தகம் வடிவமைத்த, அச்சிட்ட அனைவருக்கும் நன்றிகள்.

மிக்க அன்புடன்,
நாஞ்சில்நாடன்

கோயம்புத்தூர் - 641 042
19 பெப்ரவரி 2018

உள்ளடக்கம்

1. ஒருமை — 9
2. இருமை — 34
3. மும்மை — 56
4. சதுரம் — 84
5. பஞ்சம் — 99
6. அறுமுகம் — 123
7. சப்தம் — 135
8. அட்டம் — 156
9. நவம் — 169
10. தசம் — 186

1. ஒருமை

ஒருமைப்பாடு என்று அழுத்தம் திருத்தமாகச் சொல்கிறார்கள். சொல் ஒருமைப்பாடாகவும், செயல் தனிமைப்பாடாகவும் இருக்கிறது. ஒருமை என்றாலே போதும். union, unity எனும் பொருள் வந்துவிடும். வார்த்தைதான் வார்த்தைப்பாடு. கடமைதான் கடப்பாடு, பண்புதான் பண்பாடு, மேன்மைதான் மேம்மாடு. ஒருமைதான் ஒருமைப்பாடு.

தேசிய ஒருமைப்பாட்டைக் கட்டிச் செறிவாக்க என்றே, நடுவண் அரசு சில நவீன கல்விக் கொள்கைகளை, மாநிலத்துக்கு ஒரு கொள்கை என மறு சீரமைப்புச் செய்து, தேசத்தைப் பன்மைப்பாடு செய்யும் சிதைப்பாட்டுக்கு முயன்று வருகிறது. விதி வலியது. பிடர் பிடித்து உந்த நின்றது.

ஒருமை என்றால் ஒன்று என்றும் பொருள். ஒற்றுமை என்றும் பொருள். கம்பனின் இராமகாதையின் யுத்த காண்டத்தின் கடவுள் வாழ்த்துச் செய்யுள், அறுசீர் ஆசிரிய விருத்தத்தில், கடவுளையே ஒன்று என்று அருமையாகப் பேசுகிறது

    ஒன்றே என்னின், ஒன்றே ஆம்;
    பல என்று உரைக்கின், பலவே ஆம்;
    அன்றே என்னின், அன்றே ஆம்;
    ஆமே என்னின், ஆமே ஆம்;
    இன்றே என்னின், இன்றே ஆம்;
    உளது என்று உரைக்கின், உளதே ஆம்;
    நன்றே, நம்பி குடி வாழ்க்கை!
    நமக்கு இங்கு என்னோ பிழைப்பு? அம்மா!

மிக அருமையான பாடல், ஆனால் எளிமையான பாடல். ஒன்று என்று கூறினால் ஒன்றே ஆகும். பல என்று உரைத்தால் பலவே ஆகும். இத்தன்மை உடையது அல்ல என்று கூறினால் அவ்வாறே ஆகும். இத்தன்மை உடையது என்று கூறினால், அந்தத் தன்மை உடையதாக இருக்கும். இல்லை என்று சொன்னால் இல்லாதது ஆகும். உளது என்று கூறினால் உள்ளதே ஆகும். இறைவனது நிலை இப்படிப் பெரிதாயுள்ளது. சிற்றறிவினராகிய நாம் இறை நிலையை அறிந்து உயர்வு பெறும் வழி யாது? அம்மா!

இன்மையில் இருந்து எல்லாம் தொடங்கிற்று என்பார்கள். ஒன்றிலிருந்து யாவும் தொடங்கின என்று சொல்வாரும் உண்டு. ஒன்று என்றால் தொடக்கம் என்பது போல, ஒன்றா எனில் அழிந்து போகிற என்றும் பொருள் உண்டு.

ஒன்றா உலகத்து உயர்ந்த புகழ் அல்லால்
பொன்றாது நிற்பது ஒன்று இல்.

என்பது புகழ் அதிகாரத்துக் குறள். அனைத்தும் அழிந்து போகிற உலகத்தில், புகழ் ஒன்றுதான் அழிந்து போகாமல் நிற்பது என்பது பொருள். கடலுள் மாய்ந்த இளம் பெருவழுதி பாடினான், 'புகழ் எனில் உயிரும் கொடுக்குவர்; பழி எனின் உலகுடன் பெறினும் கொள்ளலர்' என்று. புகழ் என்றால் உயிர் கொடுத்தும் பெறுவார்கள். பழி என்றால் உலகமே கிடைத்தாலும் கொள்ள மாட்டார்கள். இன்று நம் தலைவர்களோ, புகழ் எனில் மயிரும் கொடுக்கிலர். பணம் எனில் எத்தனை பழி வந்தாலும் மறுக்கிலர்.

ஒன்றுதல் என்றால் ஒன்று சேர்தல், ஒன்றாக ஆதல். ஒன்றல் என்றாலும் அஃதே. ஆனால் ஒன்றலர் என்பதற்குப் பகைவர் என்று பொருள் சொல்கிறது பிங்கல நிகண்டு. அதாவது ஒன்ற மாட்டாதவர் என்பது பொருள். உட்பகை அதிகாரத்துக் குறள் பேசுகிறது:

ஒன்றாமை ஒன்றியார் கட்படின் எஞ்ஞான்றும்
பொன்றாமை ஒன்றல் அரிது.

என்று. ஒன்றியார் கண் ஒன்றாமை படின், எஞ்ஞான்றும் பொன்றாமை ஒன்றல் அரிது என்று கொண்டு கூட்டி வாசிக்கலாம். நெருங்கிய நண்பரிடையே உட்பகை தோன்றினால், எக்காலத்தும் வீழ்ச்சியைக் கூடாதிருத்தல் அரிது என்பதாகும். ஒன்றார் என்றாலும் ஒன்றலர், பகைவர் என்பதே பொருள்.

ஒன்று எனில் ஒன்றுதல், unity. ஒன்றா எனில் ஒன்றாமற் போதல், diversity. Unity in Diversity என்பார்கள். ஆனால் இன்று Diversity the unity என்ற அடிப்படையில் அரசியல் காரியங்கள் நடக்கின்றன. Unity என்ற கோஷம் இருந்த போதே, இங்கு Unity-யின் கூறுகள் அருமைப்பாட்டுடன் இருந்தன. ஒருமைப்பாட்டுக்குப் பதிலாக நான் சொல்வதை நீ கேட்பதுதான் ஒருமைப்பாடு என்று கருதுகிறார்கள் போலும். அது எப்படி என்று கேட்டால், அது தேசத்துரோகமாகிவிடும்.

கொன்றன்ன இன்னா செயினும் அவர் செய்த
ஒன்று நன்றுள்ளக் கெடும்

என்பது செய்ந்நன்றியறிதல் அதிகாரத்துக் குறள். கொல்வது போன்ற கொடுமை ஒருவர் செய்தாலும், அவர் முன்பு செய்த நன்மை ஒன்றை எண்ணக் கொடுமை மறந்து போகும் என்பது பொருள். நன்று என்று எதையுமே செய்யாமல், கொல்வது போன்ற தீமை செய்ய முனைந்தால் என்னவாகும்? மாற்றாகக் கொடுமையே செய்யத் தோன்றும். அதே திருக்குறள்தான் வேறொன்றும் சொல்கிறது.

ஒன்றானும் தீச்சொல் பொருட்பயன் உண்டாயின்
நன்றாகாது ஆகி விடும்

என்று. ஒருவரது பேச்சில், ஒரே ஒரு தீச்சொல் இருந்தால் போதும், அவனது பேச்சின் நயமும் நலனும் பாழாய்ப் போகும் என்று. அதாவது ஒரு குடம் பாலில் ஒரு துளி விடம்.

ஒரு, ஒன்று, ஒருமை என்பனவற்றை நாம் one எனும் பொருளிலேயே இங்கு காண்கிறோம். அதிகப் பிரசங்கி ஒருவர், கவி காளமேகப் புலவரிடம், இடைச்சொல் இல்லாமல், ஒன்று முதல் பதினெட்டு வரையில், ஒரு வெண்பாவில் அடக்கிப் பாட முடியுமா என்று கேட்டாராம். அதற்கு, காளமேகத்தின் பதில்:

ஒன்றிரண்டு மூன்று நான் கைந்தாறே ஏழெட்டொன்
பதுபத்து பதினொன்று பன்னிரண் – டே பதின்
மூன்றுபதி நான்குபதி னைந்துபதி னாறு
பதினேழு பதினெட்டு.

எனும் வெண்பா. இலக்கணம் அறிந்தவனுக்கு எல்லாம் எளிது.

ஒன்றை ஏகம் என்கிறது வடமொழி. ஏக் என்பர் இந்தியில். ஏக்நாத் என்பது ஒரு பெயர் எனினும் அது இறைவன் பெயர். மாணிக்க வாசகரின் திருவாசகத்தின் முதற்பகுதி, சிவபுராணம். கலிவெண்பா

எனும் பாவினம். அதன் ஐந்தாவது வரி, 'ஏகன் அநேகன் இறைவன் அடி வாழ்க' என்பது. முழு முதற் கடவுள் ஒன்றே என்பதால், ஏகன். எண்ணிறந்த அருள் கோலங்கள் கொண்டவன் என்பதால் அநேகன். இப்போது முதலில் நாம் எடுத்தாண்ட கம்பன் பாடலை நினைவு கூரலாம்.

ஏகம் என்றால் ஒன்று. அநேகம் என்றால் பல. திருஉந்தியாரில் மாணிக்கவாசகர்,

ஏகனுமாகி அநேகனும் ஆனவன்
நாதனும் ஆனான் என்று உந்தீ பற
நம்மையே ஆண்டான் என்று உந்தீ பற

என்கிறார். ஔவையார் வேடத்தில் கே.பி.சுந்தராம்பாள் பாடல் ஒன்றுண்டு.

ஒன்றானவன் உருவில் இரண்டானவன்
உருவான செந்தமிழில் மூன்றானவன்

என்று. திருத்தெள்ளேணம் பகுதியில், மாணிக்கவாசகர்,

ஒரு நாமம் ஓருருவம் ஒன்றுமில்லார்க்கு ஆயிரம்
திரு நாமம் பாடி நாம் தெள்ளேணம் கொட்டாமோ!

என்கிறார். திருச்சதகத்தில்,

ஒருவனே போற்றி ஒப்பில்
அப்பனே போற்றி வானோர்
குருவனே போற்றி எங்கள்
கோமளக் கொழுந்து போற்றி
வருகவென்று என்னை நின்பால்
வாங்கிட வேண்டும் போற்றி
தருக நின் பாதம் போற்றி
தமியனேன் தனிமை தீர்த்தே

என்று பாடுகிறார் குழைந்து.

ஒற்றை என்றாலும் ஒன்றுதான். ஒற்றை, இரட்டை, முச்சை என்பார்கள். திருமங்கை ஆழ்வாரின் பெரிய திருமொழி, திருக்கண்ணபுரம் பாடல்:

ஒற்றைக் குழையும் நாஞ்சிலும்
ஒருபால் தோன்றத் தான் தோன்றி
வெற்றித் தொழிலார் வேல் வேந்தர்
விண்பால் செல்ல வெஞ்சமத்து

செற்ற கொற்றத் தொழிலானை
செந்தீ மூன்றும் இல்லிருப்ப
கற்ற மறையோர் கண்ணபுரத்து
அடியேன் கண்டு கொண்டேனே

என்று பேசுகிறது. ஒற்றைக் குழையும் என்றால் ஒரு காதில் குண்டலமும் என்றும் நாஞ்சிலும் என்றால் தோளில் கலப்பை எனும் ஆயுதமும் கொண்ட பரசுராமனைக் குறிக்கிறது. அல்லால் திருமங்கை ஆழ்வார் இக்கட்டுரை ஆசிரியனை முன்பே பாடினார் என்பதல்ல.

சைவக்குரவர்களில் ஒன்று என்றும் முழு முதற் கடவுள் என்றும் பிறப்பும் இறப்பும் இல்லாப் பெற்றியன் என்றும் சிவனைச் சொன்னார்கள். வைணவ அடியார்கள் ஆதியும் அந்தமும் இல்லா அருட்பெரும் சோதி என்றும் முழு முதற்காரணன் என்றும் கருவாரணம் என்றும் கருமுகில் என்றும் கருமாணிக்கம் என்றும் கரியமாலைச் சொன்னார்கள். பாமரர்கள், அரியும் சிவனும் ஒண்ணு, அதை அறியாதவன் வாயில் மண்ணு என்றார்கள். நாமோ உலகத்துச் சமயங்கள் பேசும் எல்லா இறைவனும் ஒன்றே என்று நம்புகிறோம். அந்தந்த சமயத்தார் அதனை ஏற்றுக்கொள்ள மாட்டார்கள் என்பதையும் நாம் அறிவோம்.

மாணிக்கவாசகர் சிவனை ஏகன் என்றார். நம்மாழ்வார் அவர் வழியில் அதனை வழிமொழிந்து நாராயணனை ஒன்று என்கிறார்.

ஒன்றெனப் பலவென அறிவரும் வடிவினுள் நின்ற
நன்றெழில் நாரணன் நான்முகன் அரனென்னு மிவரை
ஒன்றநும் மனத்துவைத் துள்ளிநும் இருபசை அறுத்து
நன்றென நலஞ் செய்வ தவனிடை நம்முடை நாளே!

என்கிறார் நம்மாழ்வார். பாடலுக்குப் பொருள் எழுத வேண்டாம். பாடலைச் சீர் பிரித்து எழுதினால் போதுமானது.

ஒன்று என பல என அறிவ (து) அரும் வடிவினுள் நின்ற
நன்று எழில் நாரணன் நான்முகன் அரன் எனும் இவரை
ஒன்ற நும் மனத்து வைத்து உள்ளி நும் இரு பசை அறுத்து
நின்று என நலம் செய்வ (து) அவனிடை நம்முடை நாளே!

ஒன்றுதல் பற்றி முன்பே பார்த்தோம். பசை எனில் பாசம்.

உத்தரவிடுவது போல, நம்மாழ்வார், பெரிய திருவந்தாதியில் ஒரு பாடல் சொல்கிறார்.

ஒன்று உண்டு செங்கண் மால், யானுரைப்பது! உன்னடியார்க்கு
என் செய்வன் என்றே இருத்தி நீ! – நின் புகழில்
வைகும் தம் சிந்தையிலும் மற்று இனிதோ? நீ அவர்க்கு
வைகுந்தம் என்று அருளும் வான்?

என்கிறார். ''உனக்கு நான் சொல்ல விரும்புவது ஒன்று உண்டு செங்கண் மாலே! உன் அடியார்க்கு என்ன நன்மை செய்ய முடியும் என்றே யோசித்து இருப்பாய் நீ! உன் புகழில் வாழும் சிந்தனை அவர்களுடையது. அதைவிட இனிமையானதோ நீ அவர்க்கு அருளும் வைகுந்தம் எனும் சிறப்பு!''

ஒன்றி இருத்தல் என்பது ஒருமனப்பட்டு இருத்தல். ஒரு மனப்பாடு தானே, ஒருமைப்பாடு? அப்பர் தேவாரம் ஒன்று:

ஒன்றி இருந்து நினைமின்கள்!
உந்தமக்கு ஊனம் இல்லை;
கன்றிய காலனைக் காலால்
கடிந்தான், அடியவற்காச்
சென்று தொழுமின்கள்! தில்லையுள்
சிற்றம்பலத்து நட்டம்
'என்று வந்தாய்' என்னும் எம்பெரு
மான்தன் திருக்குறிப்பே!

கன்றிய- கடிந்த, காலன் – எமன், கடிந்தான் – அடக்கினான், அடியவன் – மார்க்கண்டேயன், நட்டம் – நடம். பாடலின் சிறப்பு, அப்பருக்குத் தோன்றுகிறது, தில்லைக்கூத்தனது தோற்றம், 'அப்பா, எப்பொழுது வந்தாய்?' என்று தன்னைக் கேட்பது போல. கூத்தன் முகபாவமும், கைையின் திருக்குறிப்பும் வினவுவது போல!

இனிமேல், ஒரு, ஒன்று, ஒருமை, ஏகம் தொடர்பான சில சொற்களைக் காணலாம்.

ஒரு - ஒன்று. அழிஞ்சில் செடி. ஆடு.

ஒருக்க - ஒருமுறை, எப்போதும், ஒவ்வொன்றுக்கும். மலையாளத்திலும் நாஞ்சில் மொழியிலும் இன்றும் வாழும் சொல்.

'ஒருக்க வந்திட்டுப்போ', 'ஒருக்கக் கூட கேட்டுப் பாரு'.

பரிபாடலில், வையைப் பகுதி பேசுகிறது:

'காமர் பெருக்கு அன்றோ, வையை வரவு?
ஒருக்க ஒரு தன்மை நிற்குமோ?'

காமப் பெருக்கும் வையைப் பெருக்குப் போன்றதே! சிலரிடம் அன்பு சுருங்குவதும் பெருகுவதும் ஒத்தது.

வையையின் நீர் குறைவது பெருகுவது போன்று காமப்பெருக்கும் அமையும். எப்போதும் ஒரு தன்மையில் நிற்குமா?

ஒருக்கடுத்தல்	-	சமமாக. இணைத்தல். To make no distinction.
ஒருக்கணித்தல்	-	ஒரு பக்கமாகச் சாய்தல்.
ஒருக்கணிப்பு	-	ஒரு பக்கமாகச் சாய்கை.
ஒருக்கம்	-	மன ஒடுக்கம்.
ஒருக்கல்	-	ஒரு அபசுரம்.
ஒருக்களித்தல்	-	ஒருக்கணித்தல்.
ஒருக்கால்	-	ஒரு கால், ஒரு வேளை, ஒரு முறை.

நெஞ்சில் ஒருகால் நினைக்கின் இருகாலும் தோன்றும் முருகா என்றோதுவார் முன் என்பது பாடல்.

ஒருக்கிடை	-	கிடந்த கிடை. ஒரு பக்கமாகச் சாய்ந்து படுத்தல், ஒருகிடை.
ஒருக்குதல்	-	ஒன்று சேர்த்தல்.
ஒரு கட்படுவாய்	-	பறை வகை, ஒரு கட் பறை.
ஒரு கண்ட சீராய்	-	ஒரே விதமாய்.
ஒரு கண்ணுக்கு உறங்குதல்	-	சிறிது உறங்குதல். To take a short nap.
ஒரு கணக்கு	-	ஒரே விதம். மூன்று வருட தூரதேச வணிகம்.
ஒரு காலில் நிற்றல்	-	ஒற்றைக் காலில் நிற்றல். உறுதியாக இருத்தல்.
ஒரு காலும்	-	எந்தக் காலத்திலும்.

நாஞ்சில்நாடன்

ஒரு காலே	-	ஒரே முறையில்
ஒரு குலைக்காய்	-	Fruit of the same bunch. ஒரு குலத்தில் உதித்தவர்.
ஒரு குழையவன்	-	ஒரு காதில் மட்டும் குழை அணிந்தவன்
ஒரு குறி	-	ஒரு முறை. Once.
ஒரு கூட்டு	-	ஒரு சேர்க்கை.
ஒரு கை	-	ஒரு கூட்டு. ஒரு பக்கம் 'அவங்க ரெண்டு பேரும் ஒத்தைக் கையில்லா!'
ஒரு கை பரிமாறுதல்	-	பந்தியில் ஒரு பக்கமாகப் பரிமாறுதல்.
ஒரு கை பார்த்தல்	-	வெல்ல முயலுதல். 'நீயா, நானா? ஒரு கை பாத்திடுவோம்!'
ஒரு கையாயிருத்தல்	-	ஒற்றைக் கட்டாக நிற்றல்.
ஒரு கை விளையாடுதல்	-	எல்லோர்க்கும் ஒரு சுற்று வரும்படி விளையாடுதல்.
ஒரு கோலுடையார்	-	ஏக தண்டி சந்நியாசிகள்.
ஒருங்கவிடுதல்	-	பலவற்றையும் ஒன்று சேர்த்தல்.
ஒருங்கியலணி	-	புணர் நிலை அணி. அணி அலங்காரங்களில் ஒன்று.
ஒருங்குதல்	-	ஒன்று கூடுதல்.
ஒருங்கு	-	முழுதும், அடக்கம்
ஒருங்கே	-	முழுதும்
ஒருச்சரித்தல்	-	ஒரு பக்கமாகச் சாய்த்தல். 'கதவை ஒருச்சரித்து வை' -வழக்கு
ஒருச்சாய்த்தல்	-	ஒரு பக்கமாகச் சாய்த்தல்.
ஒருச்சாய்வு	-	One sided. ஒரு பக்கமாகச் சாய்ந்து.
ஒரு சந்தி	-	ஒரு நாளைக்கு ஒரு முறை மட்டும் உண்ணும் நோன்பு.

ஒருசாய்வு	-	ஒருமித்து, இடைவிடாமல்.
ஒரு சாயல்	-	உருவம் ஒப்பாக இருத்தல்.
ஒருசார்	-	ஒரு கட்சி. பட்ச பாதம். ஒரு சார்பு.
ஒரு சாராசிரியர்	-	ஒரு கொள்கை உடைய ஆசிரியர்கள்.
ஒருசாரார்	-	ஒரு பக்கத்தவர். சிலர்.
ஒரு சால் உழுதல்	-	ஒரு முறை உழுதல்.
ஒரு சாலை மாணக்கர்	-	ஒரு பள்ளியில் படித்த மாணாக்கர். school mates
ஒரு சிம்புப் புகையிலை	-	புகையிலை நறுக்கு.
ஒரு சிறிது	-	அற்பம்.
ஒரு சிறை	-	ஒரு பக்கம். வேறிடம். ஒரு பகுதி.
ஒரு சிறை நிலை	-	சொல்லப்பட்ட பொருள் ஒரு வழி நிற்க, பாடல் அமைந்துள்ள முறை.
ஒரு சீரானவன்	-	ஒரே தன்மையாக இருப்பவன்.
ஒரு சேர	-	ஒரு மிக்க.
ஒரு சொல்	-	உறுதிச் சொல். **தோழமை என்றவர் சொல்லிய சொல்** **ஒரு சொல் அன்றோ** கம்பன். குகன் கூற்றாக.
ஒரு சொல் வாசகன்	-	சொல் பிறழாதவன்.
ஒரு சொல் விழுக்காடு	-	யாதொரு பொருளும் இன்றி வாக்கியத்துக் கிடையில் வழங்கும் சொல்.
ஒரு சொல் பல் பொருள்	-	ஒரு பதத்திற்கு உரிய பல பொருள்கள்.
ஒரு சொல் நீர்மை	-	சொற்கள் இணைந்து ஒரு பொருளே ஆகும் தன்மை.
ஒரு ஞார்	-	ஒரு அளவுப் பெயர்

ஒருத்தல்	-	சில விலங்குகளின் ஆண் பெயர் புல்வாய், புலி, உழை, மரை, கவரி, கராம், யானை, பன்றி, எருமை எனும் விலங்குகளின் ஆணினத்தைக் குறிக்கும் சொல்
ஒருத்தலை	-	ஒருதலை, ஒருபக்கம்.
ஒருத்தலை நோவு	-	ஒருத்தலைவலி.
ஒருத்தலையிடி	-	ஒருத்தலைவலி.
ஒருத்தலைவலி	-	ஒருபக்கமானதலைவலி, ஒற்றைத்தலைவலி.
ஒருத்தன்	-	ஒருவன், ஒப்பற்றவன்

நிருத்தனே, நிமலா, நீற்றனே,
நெற்றிக்கண்ணனே, விண்ணுளோர்பிரானே,
ஒருத்தனே,உன்னை ஓலமிட்டு
அலறி உலகெலாம் தேடியும் காணேன்

- திருவாசகம்

ஒருத்தி	-	ஒரு பெண்

ஒருத்தி மகனாய்ப் பிறந்து, ஓரிரவில்
ஒருத்தி மகனாய் ஒளித்து வளர

- ஆண்டாள் திருப்பாவை

ஒருத்து	-	மன ஒருமைப்பாடு
ஒரு தந்தன்	-	ஏக தந்தன், ஒற்றைக் கொம்பன், விநாயகன்.
ஒரு தரம்	-	ஒரு தடவை, ஒரே விதம், once.
ஒரு தலை	-	ஒரு சார்பு, ஒரு தலைக் காமம், நிச்சயம்.

ஒருதலையான் இன்னாது காமம் காப்போல
இருதலையானும் இனிது.

- திருக்குறள்

ஒரு பக்கக் காமம் அல்லது காதல் கொடியது. காவடி இருபக்கமும் சுமை இருப்பது போல இருபக்கமும் நேசம் நிறைந்திருப்பது இனிது. கா – காவடி

ஒரு தலைக் காமம்	-	கைக்கிளை.
ஒரு தலை துணிதல்	-	32 உத்திகளில் ஒன்று. ஒன்றுக்கொன்று மாறுபாடான இருகொள்கைகளில் ஒன்றை மட்டுமே உயர்த்திப் பிடிக்கும் உத்தி.
ஒரு தலை நியாயம்	-	ஒரு தலை வழக்கு.
ஒரு தலைப் படுதல்	-	ஒரு முடிவு பெறுதல்.
ஒரு தலை உன்னுதல்	-	பத்து காம அவஸ்தைகளில் ஒன்று. A mood in love. Constant thought of the lover.
ஒரு தலை வழக்கு	-	பட்ச பாதமான தீர்ப்பு.
ஒரு தன்மை	-	ஒரே விதம், ஒப்பற்ற தன்மை, மாறாத் தன்மை.
ஒரு தனி	-	ஒப்பில்லாத தனி. தன்னந்தனி.
ஒரு தாரை	-	ஒரு ரீதி, One form, one method. ஒருபக்கக் கூர்மை. ஒருதாரைக்கத்தி. இடையில்லாத நீரொழுக்கு.
ஒரு திறம் பற்றுதல்	-	ஒரு தலைப் பட்சமாக இருத்தல்.
ஒருது வலி	-	பண்டைய அளவுப் பெயர்.
ஒரு நாயகம்	-	ஒரே ஆட்சி. தனி தாயகம்.
ஒரு நாளைக்கொரு நாள்	-	நாள் செல்லச்செல்ல.
ஒரு நெல்லுப் பெரு வெள்ளை	-	ஒரு வகை நெல்.
ஒரு நெறிப்படுதல்	-	ஒரு வழிப்படுதல்.
ஒரு நேரம்	-	பாதிப் பகல். 'இன்று பள்ளிக்கூடம் ஒரு நேரம்தான்'. Half a day.
ஒருப்படுதல்	-	ஒரு தன்மையாதல், சம்மதித்தல், ஒரு நினைவாதல், துணிதல், முயலுதல், ஒன்று கூடுதல், தோன்றுதல்.

கூவின பூங்குயில், கூவினகோழி, குருகுகள்
இயம்பின, இயம்பின சங்கம், ஓவின
தாரகை ஒளி, ஒளிஉதயத்து ஒருப்படுகின்றது

-திருவாசகம், திருப்பள்ளி எழுச்சி.

ஒருப்படுத்துதல் - ஒன்று கூட்டுதல், வழி விடுதல், முடிவு செய்தல், சம்மதிக்கச் செய்தல்.

ஒருப்பாடு - முயற்சி, சம்மதம், ஒரு தன்மையாதல், ஒன்றி நிற்றல், மனத்திண்மை.

ஒரு படம் - இடு திரை.

ஒரு படி - ஒரு வகை, ஓரே விதம், ஒருவாறு.

ஒரு படித்ததாய் - ஒரே விதமாய்.

ஒரு பது - பத்து, அது போன்றே இருபது, முப்பது, நாற்பது முதலியன.

ஒரு பஃது - பத்து.

ஒரு பாட்டம் - கன மழையின் அளவைக் குறித்த சொல். Heavy downpour of rain.

ஒரு பா ஒரு பஃது - அகவல், வெண்பா, கலித்துறை, என்பவற்றுள் ஏதேனும் ஒரு பாவில் பத்துப் பாடல்களால் அமைக்கப்பட்ட சிற்றிலக்கியம்.

ஒரு பான் - ஒரு பது, பத்து. அதுபோன்றே இருபான், முப்பான், நாற்பான் என்பர்.

ஒரு பிடி - கைப்பிடி அளவு. உறுதி, விடாப் பற்று, பிடிவாதம். 'ஒருபிடிபிடிச்சான்சாப்பாட்டை', 'புடிச்சா ஒரே பிடி'.

ஒரு புடை - ஏக தேசம். ஒரு பக்கம். புடை எனில் பக்கம். திருப்புடைமருதூர்.

ஒருபுடைபாம்புகொளினும்ஒருபுடை
அங்கண்மா ஞாலம் விளக்குறூஉந் –
திங்கள்போல்
செல்லாமை செவ்வனேர் நிற்பினும்
ஒப்புரவிற்கு ஒல்கார் குடிப்பிறந் தார்.

என்பது நாலடியார். பதுமனார் உரை பேசுகிறது: 'ஒருமருங்கு பாம்பு கொண்ட தாயினும் மற்றொரு மருங்கினால், அங்கண்மா ஞாலத்தை விளக்குறுத்து மதியம்போலச்செல்லாமையாக்கிய வறுமை செவ்வனே நின்றதாயினும், குடிப்பிறந்தார் ஒப்புரவிற்குத் தளரார் என்றவாறு'.

ஒரு புடை உவமை	-	முற்றுவமை, முழுவதும் ஒப்பாகாமல், சில தன்மையில் மாத்திரம் ஒத்திருக்கும் உவமை.
ஒரு புடை ஒப்புமை	-	ஒரு புடை உவமை.
ஒரு பூ	-	ஒரு போகம்.
ஒரு பொருட் கிளவி	-	பரியாயச் சொல். Synonym.
ஒரு பொருட் பன்மொழி	-	ஒரே பொருளைத் தரும் பல சொற்கள் மீமீசைச்சொல். Tautology.
ஒரு பொருள்	-	கடவுள்.
ஒரு பொழுது	-	ஒரு சாந்தி, ஒரு போது.
ஒரு போக்கன்	-	வேறுபட்ட நடையுள்ளவன். Man whose behavior is of a singular or peculiar nature.
ஒரு போக்காய் போதல்	-	திரும்பி வராது போதல். 'ஒரே போக்காய் போய்விட்டான்'.
ஒரு போக்கு	-	ஒரு மாதிரி, ஒரே விதம், மாறான நடை. 'அவனா?அவன் ஒருபோக்குல்லா?'.
ஒரு போங்கு	-	ஒரு போக்கு.
ஒரு போகி	-	ஏக விஷயம். The ever constant entity, that which remains same without variation, as time divested of all phenomena, like a day, night etc.
ஒரு போகு	-	ஒரு படித்தான் நிலம். Land of the uniform character in level or soil. ஒத்தாழிசைக் கலிப்பாவகையில் ஒன்று.

நாஞ்சில்நாடன்

ஒரு மட்டம் - ஒரு மட்டு, ஒத்த அளவு, ஒருவாறு, 'காரியம் ஒரு மட்டுலே முடிஞ்சுது!' ஒரு தரம். 'ஒரேயொரு மட்டம் சொல்லு!'

ஒரு மடை செய்தல் - ஏகமனதாக்குதல்.

ஒரு மனப்படுதல் - ஏகமனமாதல். மனதை ஒன்றிலே செலுத்துதல்.

ஒரு மனப்பாடு - மன இணக்கம். மன அடக்கம். மனத்தை ஒன்றில் செலுத்துதல்.

ஒரு மா - ஒரு பின்னம் – 1/20.

ஒரு மாதிரி - ஒரு விதம். 'அவன் ஒரு மாதிரி ஆள்!'

ஒரு மாரை - ஒரு மா + அரை. 1/20 + 1/40 = 3/40.

ஒருமித்தல் - ஒன்று சேர்தல். 'காதலர் இருவர் கருத் தொருமித்து'.

ஒரு மிக்க - ஒரு சேர.

ஒரு மிடறாதல் - ஏக கண்டம் ஆதல். ஏக சிந்தை ஆதல்.

ஒரு மிடறு - ஒரு வாய்க்குள் அடங்கும்படி பருகும் அளவு. மிடறு, மடக்கு என்று மருவி, 'ஒரு மடக்குத் தண்ணீர் குடி' என்பார்கள். ஒரு வாய் தண்ணீர் குடி என்ற பொருளில்.

ஒருமிப்பு - ஒற்றுமை, Union, மனத்தை ஒன்றில் செலுத்துதல். நாஞ்சில் நாட்டில் இதே பொருளில் 'சொருமிப்பு' என்றொரு சொல் உண்டு.

ஒரு முகம் - நேர்வழி, ஒற்றுமை, ஒரு கட்சி.

ஒருமுகமாய்ப் பேசுதல் - ஏகோபித்துப் பேசுதல்.

ஒரு முக எழினி - ஒரு வகைத் திரை. A kind of stage curtain.

ஒரு முற்றிரட்டை - செய்யுளில், ஓரடி முற்று எதுகையால் வருவது. ஒரு + முற்று + இரட்டை.

ஒருமை - ஒன்று, ஒற்றுமை, தனிமை, ஒரே தன்மை, ஒப்பற்ற தன்மை.

ஒருமை மகளிரே போலப் பெருமையும்
தன்னைத்தான் கொண்டொழுகின் உண்டு

பெருமை அதிகாரத்துத் திருக்குறள். ஏக வசனம். மனம்ஒன்றுதல். இறையுணர்வு. ஆலோசனை முடிவு. மோட்சம். மெய்ம்மை.

ஒருமையே மொழியும் நீரார் - கம்பன்

அயோத்தியா காண்டம்,மந்திரப்படலம். ஒருபிறப்பு.

ஒருமைக்கண் தான்கற்ற கல்வி ஒருவற்கு
எழுமையும் ஏமாப் புடைத்து

- கல்வி அதிகாரத்துத் திருக்குறள்.

ஒருமைப்படுதல் - ஒற்றுமைப்படுதல். மனம் ஒருமுகப்படுதல்.

ஒருமைப்பாடு - ஒற்றுமைப்படுதல்.

ஒருமை பன்மை மயக்கம் - Use of the Singular for the Plural or Vice versa.

ஒருமை மகளிர் - பிற ஆடவர் பால் செல்லாத மனமுடையவள்.

ஒரு மொழி அணை - தொடர் மொழி. பல சொற்களாகப் பிரிக்க முடியாத பதம்.

ஒரு லாகை - ஒரு வகை.

ஒரு வண்ணம் - ஒருவாறு.

ஒரு வந்தம் - நிச்சயம்.

வெருவந்த செய்தொழுகும் வெங்கோல னாயின்
ஒருவந்தம் ஒல்லைக் கெடும்!

- திருக்குறள்

இரக்கமின்றித் தண்டிக்கும் கொடுங்கோல் அரசன், நிச்சயமாக விரைந்து வீழ்ச்சி அடைவான்.

நிலைபேறு, உறுதி.

ஆக்கம் இழந்தேம் என்று அல்லாவார் ஊக்கம்
ஒருவந்தம் கைத்துடையார்'

- திருக்குறள்

ஊக்கம் எனும் பண்பை நிலைபேறாகக் கொண்டவர்கள், எந்நாளும் தனதுஆக்கம் இழந்தோமே என்று புலம்ப மாட்டார்கள்.

சம்பந்தம். தனியிடம்.

ஒரு வயிற்றோர் - சக உதரர். சகோதரர். ஒரு வயிற்றில் பிறந்தோர்.

ஒருவர் - ஒருவன் அல்லது ஒருத்தி. சிறப்புப் பன்மை.

ஒருவர்க்கொருவர் - பரஸ்பரம்.

ஒரு வழித் தணத்தல் - அலர் அடங்கற் பொருட்டு, தலைவன் சில நாள் வேறிடத்துச் சென்று உறையும் அகத்துறை. இந்த அகத்துறையின் பாடல் காண வேண்டுவோர், மாணிக்கவாசகரின் திருக்கோவையாரின்15ஆம் பகுதி பார்க்கலாம்.

ஒரு வழிப்படுதல் - ஐக்கியப்படுதல், ஒருமுகப்படுதல்.

ஒரு வழி உறுப்பு - ஏகதேசம். A portion of the whole.

ஒருவன் - ஒருத்தன்.

ஒரு வாக்காக - ஒரேயடியாக, ஒரு சேர.

ஒரு வாக்கு - உறுதி மொழி, ஏகோபித்துச் சொல்லுதல். United voice.

ஒருவாமை - பிறழாமை, நீங்காமை.

ஒரு வாய்க் கோதை - ஒரு கண் பறை. Drum with one face.

ஒரு வாரப் படுதல் - ஏக கண்டமாகப் பேசப்படுதல்.

ஒரு வாற்றான் - ஒருவாறு.

ஒருவாறு - ஒரு விதமாக.

ஒரு விதமாதல் - நூதன வகையாதல், வேறுபடுதல்.

ஒருவுதல் - விடுதல்.

மருவுக மாசற்றார் கேண்மை ஒன்றீத்தும்
ஒருவுக ஒப்பிலார் நட்பு.

- திருக்குறள்

மாசற்றார் நட்பைத் தழுவிக் கொள்க. மனம் பொருந்தாதார் என்ன விலை கொடுத்தும் விலக்கிக் கொள்க. கடத்தல், ஒத்தல், தப்புதல்.

ஒருவு - நீங்குதல்.

ஒருவு - ஆடு.

ஒருவேளை - ஒரு முறை, ஒரு கால்.

ஒரு உ - ஒருவு.

ஒருஉதல் - ஒருவு.

ஒருஉ வண்ணம் - ஆற்றொழுக்காகப் பொருள் கொண்டு செல்லும் சந்தம்.

ஒரே - ஒன்றேயான.

ஒரோ வழி - Sometimes, in some places.

ஒரோ வொருவர் - தனித்தனி ஒவ்வொருவர்.

ஒரோ வொன்று - ஒவ்வொன்று.

ஒன்ற - ஒன்றுதல், உவமைச் சொல்.

ஒன்றடி மன்றடி - குழப்பம்.

ஒன்றரைக் கண்ணன் - ஒரு பக்கம் சாய்ந்த பார்வை உள்ளவன். Squint Eyed.

ஒன்றலர் - பகைவர்.

ஒன்றறி சொல் - ஒன்றன் பால் சொல்.

ஒன்றன் கூட்டம் - ஒரு பொருளின் கூட்டம்.

ஒன்றன் பால் - அஃறிணை ஒருமைப் பால்.

ஒன்றனையொன்று பற்றுதல் - Fallacy of the Mutual Dependence.

ஒன்றாதல் - முதலதாதல், ஐக்கியப்படுதல், ஒன்றனுள் ஒன்று லயமாதல், இணை இன்றாதல்.

ஒன்றாக	-	நிச்சயமாக.
ஒன்றாத வஞ்சித் தளை	-	நிரை ஈற்று உரிச்சீரின் முன் நேரசை வரும் தளை.
ஒன்றாமை	-	பகைமை.
ஒன்றார்	-	பகைவர்.
ஒன்றாலொன்றும்	-	யாதொன்றினாலும்.
ஒன்றித்தல்	-	பொருத்துதல், Assemble.
ஒன்றி	-	தனிமை, 'ஒண்டிக்கு ஒண்டி' என்பது ஒன்றுக்கு ஒன்று என்பதன் திரிபாக இருக்கலாம்.
ஒன்றிப்பு	-	ஒருமிப்பு.
ஒன்றியம்	-	union.
ஒன்றிய வஞ்சித்தளை	-	நிரை ஈற்று உரிச்சீரின் முன் நிரையசை வரும் தளை.
ஒன்றியார்	-	தன்னைச் சேர்ந்தவர்.
ஒன்றியான்	-	ஒற்றையான், Single person.
ஒன்றிலொன்றின்மை	-	Mutual Negation of Identity of two things, ஒன்றினொன்ற பாவம், அந்நியோந்நிய பாவம்.
ஒன்றுதல்	-	சம்மதித்தல், மனம் கலத்தல், ஒருகப்படுதல், உவமையாதல்.
ஒன்று	-	The number one. 'க' என்னும் எண். மதிப்பிற்குரிய பொருள்.

ஒறுத்தாரை ஒன்றாக வையாரே வைப்பர்
பொறுத்தாரைப் பொன்போல் பொதிந்து

- திருக்குறள்.

தீங்கு செய்தவரைத் தண்டித்தவரை ஒரு பொருட்டாகச் சான்றோர் மதியார். ஆனால் பொறுத்தாரைப் பொன்போல் மதிப்பார்.

		வீடுபேறு, ஒற்றுமை, வாய்மை, சிறுநீர், அஃறிணை ஒருமைப் பால், ஒப்பற்றது. இகற்ப பொருளைக் காட்டும் இடைச்சொல். எடுத்துக்காட்டு: 'ஒன்று தீவினையை விடு, ஒன்று அதன் பயனை நுகர்!'
ஒன்றுக்கிருத்தல்	-	ஒன்றுக்குப் போதல். சிறுநீர் விடுதல்.
ஒன்றுக்கு மற்றவன்	-	உபயோகமற்றவன். ஏக்கன் போக்கன். ஏக்கி போக்கி.
ஒன்றுக்கொன்று	-	Mutuality. ஒன்றில் ஒன்று. ஏட்டிக்குப் போட்டி. 'ஒண்ணுக்கு ஒண்ணு சொல்லுவான்' - வழக்கு.
ஒன்று குடி	-	ஒட்டுக் குடி.
ஒன்று கூட்டுதல்	-	ஒன்றாய்ச் சேர்த்தல்.
ஒன்று கூட்டு	-	ஒன்றாய்க் கூட்டு. ஒன்றாய்ச் சேர்த்தல். ஒரு சேர்க்கை.
ஒன்று கூடுதல்	-	ஒன்றாய்ச் சேர்தல். ஐக்கியப்படுதல். Assemble.
ஒன்றுகை	-	இசைகை.
ஒன்று கொத்தையாதல்	-	அரை குறையாதல்.
ஒன்று நன்	-	மித்திரன்.
ஒன்று படுதல்	-	ஒரு தன்மையாதல். இணக்கமாதல்.
ஒன்று பாதி	-	ஒரு பாதி. ஏறக்குறைய பாதி. நள்ளிரவு.
ஒன்று மற்றவன்	-	தரித்திரன்.
ஒன்று மொழிதல்	-	வஞ்சினம் கூறுதல். பதிற்றுப் பத்தின் ஏழாம் பத்து, கபிலர் பாடல், செல்வக் கடுங்கோ வாழியாதன் என்னும் சேர மன்னன் மீது பாடியது. அதன் அறுபத்தாறாவது பாடல், இடியிசை முரசமொடு ஒன்று மொழிந்து ஒன்னலர்

என்கிறது. இடி முழக்கத்தைப் போன்ற ஓசை எழுப்பும் முரசுடன் தப்பாத வஞ்சினம் கூறி, பகைவர் மேல் சென்று என்று பொருள்.

ஒன்றோ - எண் இடைச்சொல். திருக்குறள், பேதமை அதிகாரம்.

பொய்படும் ஒன்றோ புனைபூணும் கையறியா
பேதை வினை மேற் கொளின்.

என்கிறது. செயல் திறனற்ற பேதை, ஒன்றைச் செய்ய முனையும்போது, பொய்யில் சிக்குவான் அல்லது கை விலங்கில் அகப்படுவான்.

ஏகம் எனினும் ஒன்று என்று அறிவோம். தொல்காப்பியரின் வழி நடத்துதலின் படி தமிழாக்கப்பட்ட சொல் அது. ஏக்நாத், ஏகாம்பரம் எனும் பெயர்களும் உண்டு நம்மிடையே. ஏகம் எனும் சொல்லின் பிறப்பென சில சொற்கள் உண்டு பேரகராதியில். அவற்றையும் தெரிந்து கொள்வதில் நமக்கு மறுப்பொன்றும் இல்லை. வெறுப்பவர் விட்டுவிட்டுப் போய்விடலாம்.

ஏக கண்டமாய் - ஒரே குரலாய்.

ஏக குடும்பம் - ஒரே குடும்பம்.

ஏக குண்டலன் - ஒற்றைக் குழை அணிந்த பலராமன்.

ஏக சக்கரவர்த்தி - தனி ஆணை செலுத்துவோன்.

ஏக சக்கராதிபத்தியம் - தனியாட்சி.

ஏக சக்கராதிபதி - ஏக சக்கரவர்த்தி.

ஏக சகடு - மொத்தம், சராசரி.

ஏக சமன் - ஒரு நிகர், சரி நிகர்.

ஏக சமானம் - ஏக சமன்.

ஏக சிந்தை - ஒத்த மனம். ஒரே நினைவு. நாலாயிர திவ்யப் பிரபந்தம், நம்மாழ்வார் பாடல், **நாள் தொறும் ஏக சிந்தையனாய்க் குருகூர்ச் சடகோபன் மாறன்** என்று பேசுகிறது.

ஏக சுபாவம்	-	ஒத்த தன்மை.
ஏகத்தொகை	-	முழுத்தொகை.
ஏக தண்டி	-	ஒற்றைக் கோல் தரிக்கும் சந்நியாசி.
ஏக தந்தன்	-	ஒற்றைத் தந்தம் கொண்ட விநாயகன்.
ஏக தார்	-	ஒற்றைத் தந்தி வாத்தியம்.
ஏக தாலி விரதன்	-	ஏக பத்தினி விரதன், ஒருத்தியையே மனைவியாகக் கொண்ட உறுதியுள்ளவன்.
ஏக தாளம்	-	சத்த தாளத்தில் ஒன்று.
ஏக தேசப் படுதல்	-	வேறுபடுதல்.
ஏக தேசம்	-	ஒரு புடை, one side. சிறு பான்மை, small degree. அருமை, rareness. வித்தியாசம், Anomoly. மாறுபாடு, Blunder. சமமின்மை, unevenness. நிந்தை, abuse. குறைந்தது, low in rank.
ஏக தேச அறிவு	-	சிற்றுணர்வு.
ஏக தேச உருவகம்	-	ஒரு பொருளின் ஏகதேசத்தை உருவகப் படுத்தும் உருவக அணி.
ஏக தேசி	-	ஓரிடத்து இருப்புடையது.
ஏக தேவன்	-	கடவுள், புத்தன்.
ஏக நாதன்	-	தனித்தலைவன், ஏக நாயகன்.
ஏகப் பசலி	-	ஒரு போக நிலம்.
ஏகப் பிரளயம்	-	பெருவெள்ளம்.
ஏகப் பிழை	-	முழுவதும் தவறு.
ஏகப் பத்திரிகை	-	வெண் துளசி.
ஏக பாதம்	-	ஒரு செய்யுள் வகை, ஒற்றைக்கால் விலங்கு. இருக்கைவகை ஒன்பதனுள் ஒன்று.
ஏக பாதர்	-	ஒற்றைக் காலில் நிற்கும் சிவ மூர்த்தம்.
ஏக பாவம்	-	ஒத்த எண்ணம்.

ஏக பாவனை	-	ஒருமையாகப் பாவித்தல். Conception of oneness, as of the universe.
ஏக பிங்கலன்	-	மஞ்சளித்த ஒற்றைக் கண்ணை உடைய குபேரன்.
ஏக பிராணன்	-	ஓருயிர் போன்ற நட்பு.
ஏக புத்திரன்	-	ஒரே மகன், ஒரு மகன் உடையவன்.
ஏக போகம்	-	தனக்கே உரிய அனுபவம். ஒரு போகம்.
ஏகம்	-	ஒன்று. ஒப்பற்றது. தனிமை. வீடு. மொத்தம். அபேதம். மிகுதி. எட்டு அக்குரோணி கொண்ட சேனை.
ஏகம்	-	திப்பிலி.
ஏகம்பட்சாரம்	-	உலோக வகை.
ஏகம்பம்	-	காஞ்சியின் சிவத்தலம்.
ஏகம்பன்	-	காஞ்சிபுரத்தில் கோவில் கொண்ட சிவன். 'கச்சி ஏகம்பனே!' என்பார் பட்டினத்தார். 'ஒத்த நின்ற ஏகம்பன் தன்னை' என்கிறது தேவாரம்.
ஏகமாயிருத்தல்	-	ஒன்றாயிருத்தல், To be united. மிகுதியாக இருத்தல், To be abundant.
ஏகராசி	-	அமாவாசை.
ஏகலபுச்சன்	-	பைத்தியக்காரன்.
ஏகவசனம்	-	ஒருமையில் அவமரியாதையாகப் பேசுதல். சத்தியவசனம்.
ஏகவட்டம்	-	ஏக வடம், ஒற்றைச் சங்கிலி கழுத்தணி. ஏகா வலி.
ஏக வாசம்	-	1. தனிமையாக இருத்தல் 2. கூடியிருக்கை.
ஏக வாணை	-	தனி ஆளுகை.
ஏக வாரம்	-	ஒரு பொழுது உணவு.

ஏக வீரன் - தனி வீரன்.

ஏகவீரியன் - வீரபத்திரன்.

ஏக வெளி - பெரு வெளி.

ஏக வேணி - ஒற்றைச் சடையுடைய மூதேவி.

ஏகன் - கடவுள்.

ஏகாக்கிர சித்தம் - ஒன்றிலே ஊன்றிய மனம்.

ஏகாக்கிரதை - ஒன்றில் மனம் பதித்திருத்தல்.

ஏகாகம் - இறந்தவர்க்குப் பதினோராம் நாள் செய்யும் காரியம்.

ஏகாகாரம் - மாறாத உருவம். ஒரேயடியாக.

ஏகாகி - தனித்திருப்போன்.

ஏகாங்க நமஸ்காரம் - தலைவணங்கிச் செய்யும் வந்தனம்.

ஏகாங்கி - திருமால் அடியாருள் ஒருவகை.

ஏகாங்கி - குடும்பமின்றித் தனித்து வசிப்போர்.

ஏகாசம் - உத்தரீயம். ஏகாயம்.

ஏகாட்சரம் - நூற்றெட்டு உபநிடதங்களுள் ஒன்று.

ஏகாட்சரி - ஓரெழுத்தாய மந்திரம். உயிரோடும் தனித்தும் ஒரே மெய்வரும் மிறைக் கவி.

ஏகாட்சி - ஒற்றைக் கண்ணி, காகம்.

ஏகாண்டம் - முழுக்கூறு. ஏகாண்டமான தூண்.

ஏகாதசம் - பதினோராம் இடம்.

ஏகாதசர் - பதினோராம் இடத்தில் உள்ள கோள்.

ஏகாதச ருத்திரர் - The Eleven Rudras, a class of gods, மாதேவன், சிவன், ருத்திரன், சங்கரன், நீல லோகிதன், ஈசானன், விசயன், வீமதேவன், பவோற்பவன், கபாலி, சௌமியன் என்று குறிப்பிடும் திவாகர நிகண்டு. சிவனுக்குப் பதில் அரன் என்னும் பிங்கல நிகண்டு.

ஏகாதசி	-	பதினோராம் திதி.
ஏகாதசி விரதம்	-	ஏகாதசியில் மேற்கொள்ளப்படும் பட்டினி நோன்பு.
ஏகாதிபத்தியம்	-	தனியரசாட்சி.
ஏகாதிபதி	-	சக்கரவர்த்தி.
ஏகாந்த சேவை	-	சில உற்சவங்களில் இரவில் ஏகாந்தமாக செய்யப்படும் சுவாமி பூசை.
ஏகாந்தஞ் சமர்ப்பித்தல்	-	வாகனங்களில் விக்கிரகங்களை வைத்துக் கட்டுதல்.
ஏகாந்த நித்திரை	-	அமைதியான உறக்கம். உலகக் கவலை சிறிதும் இல்லாத துறவு.
ஏகாந்தம்	-	தனிமை. 'இனிது இனிது ஏகாந்தம் இனிது!' ஒருவரும் இல்லாத இடம். இரகசியம். நிச்சயம். நாடிய ஒரே பொருள். தகுதியானது.
ஏகாந்தவாதி	-	ஒரு கருத்தை, ஒரே குணத்தில் நோக்குபவர்.
ஏகாந்த வாழ்வு	-	தனி வாழ்க்கை, துறவியின் வாழ்க்கை.
ஏகாம்பர நாதர்	-	காஞ்சியில் கோவில் கொண்டுள்ள சிவபிரான்.
ஏகாயனர்	-	மாத்துவர்.
ஏகார்க்களம்	-	தீய நாள் அறிவதற்குரிய சக்கரம்.
ஏகாரவல்லி	-	பாகல். பழ பாகல். பலா.
ஏகாலத்தி	-	ஏகாவாத்தியம். சுவாமி முன் காட்டும் ஒற்றைச் சுடர் தீபம்.
ஏகாலி	-	வண்ணான், சவர்க்காரம்.
ஏகான்ம வாதம்	-	பிரம்மம் ஒன்றைத்தவிர வேறில்லை என்று வாதிடும் மதம்.
ஏகி	-	கைம்பெண்.
ஏகீபவித்தல்	-	ஒன்று படுதல்.
ஏகீ பாவம்	-	ஒன்று படுகை.

ஏகை - உமை.
ஏகோதகம் - நதி சங்கமம்.

திரு அருட்பிரகாச வள்ளல், இராமலிங்க அடிகள், தனது திருவருட்பா முதல் திருமுறையில், தெய்வமணிமாலையின் எட்டாவது பாடலில்,

ஒருமையுடன் நினது திருமலரடி நினைக்கின்ற
உத்தமர்தம் உறவு வேண்டும்.
உள்ளொன்று வைத்துப் புறமொன்று
பேசுவார் உறவு கலவாமை வேண்டும்.

என்று பன்னிருசீர் கழிநெடிலடி ஆசிரிய விருத்தத்தின் முதல் அடியில் இறைஞ்சுகிறார். பாடலின் அழுத்தம் 'ஒருமையுடன் நினது திருமலரடி நினைக்கின்ற உத்தமர்' என்பதில். வேறொரு பாடலில் 'ஒன்று நின் தன்மை அறிந்தில மறைகள்' என்கிறார்.

மனதை ஒருமுகப்படுத்தலையே ஒருமை என்றார் போலும். ஒருமை என்பது unity மட்டுமல்ல, concentration-ம் ஆகும். ஒற்றைக் கால் மடக்கித் தவம் செய்யும் கொக்குக்கு ஒருமை மீன் வயப்படுதலில். எந்தக் காரியம் செய்தாலும் ஒருமை வேண்டும் என்பார்கள்.

One at a time. பல வேலைகளில் ஒரே சமயத்தில் இறங்கி ஒன்றையும் முடிக்காமல் போவது அழகல்ல.

எனவே செய்ய முனையும் எந்தச் செயலிலும் ஒன்றுக!

ஒன்றிப் பொன்றாப் புகழ் எய்துக!

சொல்வனம்
நவம்பர் 2016

2. இருமை

இருள்மை அல்லது இருண்மை எனும் சொல்லைக் குறிக்க, 'இருமை' என்று பயன்படுத்துபவர் உண்டு. Pessimistic என்னும் பொருளில் இருள் நோக்குச் சிந்தனை என்று பொருள் படும். எனில் Optimistic என்பதற்கு ஒளி நோக்குச் சிந்தனை என்று சொல்லலாம். அருமை எனும் சொல்லுக்கு எதிர்ப்பதமாக இருமை எனும் சொல்லைப் பயன்படுத்துவார் சிலர். அருமை என்றால் rare, அற்புதம் என்ற பொருளில் ஆள்கிறார்கள். நாஞ்சில் நாட்டில், 'அவன் எல்லார்ட்டயும் அருமையாஇருப்பானே' என்பார்கள். மிகவும் அன்புடனும் பாசத்துடனும் இருப்பவன் என்ற பொருளில்.

அகராதிகள் அருமை எனும் சொல்லுக்கு அபூர்வம், பெருமை, கடினம், துன்பம், எளிதில் பெற இயலாதது, நுண்மை, இன்மை என்றும் பொருள் தருகின்றன. என்னின் மூத்த எழுத்தாளர் பொன்னீலன் அண்ணாச்சி, ஒருவருடைய எழுத்தைப் பாராட்டிச் சொல்ல வேண்டு மானால், ''என்னா அருமையா எழுதுகாரு?'' என்பார். கம்பன், அயோத்தியா காண்டத்தில், தைலம் ஆட்டுப் படலத்தில், 'கான்புறம் சேறலில் அருமை காண்டலால்' என்கிறார். காட்டின் புறத்தே செல்வதால் உண்டாகும் துன்பத்தை நினைத்து என்பது பொருள்.

இருமை என்ற சொல்லை இரண்டு என்ற பொருளில் இங்கு ஆள்கிறேனேயன்றி, அருமைக்கு எதிர்ப்பதமாகவோ, இருண்மை எனும் பொருளிலோ நான் ஆளவில்லை.

இருமை எனும் சொல்லுக்கு பெருமை, கருமை என்றும் பொருள் இருப்பது உண்மைதான். சீவக சிந்தாமணி, பதுமையார் இலம்பகப் பாடல் ஒன்றில் 'இரு மலர்க் குவளை உன் கண்' என்கிறது.

இங்கு இரு எனில் கருமை. கருமை நிறமுடைய குவளை மலரின் நிறத்தை உண்ட கண் என்பது பொருள். இன்னொரு பொருள், குவளை மலரின் நிறத்தை உண்ட இரு கண்கள் என்பது.

இருமை என்ற சொல்லின் அடுத்த பொருள் இரண்டு என்பதாகும், 'நீத்தார் பெருமை' என்ற அதிகாரத்துக் குறள்,

> இருமை வகை தெரிந்து ஈண்டு அறம் பூண்டார்
> பெருமை பிறங்கிற்று உலகு

என்கிறது. இங்கு இருமை எனில் நன்மை, தீமை என்ற இருவகை என்கின்றன உரைகள்.

> உரிமை மைந்தரைப் பெறுகின்றது உறு துயர் நீங்கி,
> இருமையும் பெறற்கு

என்பது கம்பனின் மந்திரப் படலத்துப் பாடல் வரி. அனைத்து உரிமை களையும் உடைய மைந்தரை ஒருவர் பெறுவது என்பது, மிக்க துயரத்தில் இருந்தும் விலகி, இம்மை மறுமை எனும் இரண்டு இன்பங்களை அடைவதற்காகும் என்பது பொருள்.

இரு எனும் சொல்லுக்கே பெரிய என்றும், கரிய என்றும் பொருள் சொல்கிறார்கள். இருள், இருட்டு, இருண்ட எனும் சொற்கள் 'இரு' எனும் சொல்லின் பிறப்புகள் ஆகலாம். பண்புடைமை அதிகாரத்துக் குறள், 'மாயிரு ஞாலம்' என்கிறது. மாபெரும் உலகம் என்ற பொருளில்.

> நகல் வல்லர் அல்லார்க்கு மாயிரு ஞாலம்
> பகலும் பாற் பட்டன்று இருள்

என்பது முழுப்பாடல். எல்லோரிடமும் கலகலப்பாகச் சிரித்துப் பேசி மகிழத் தெரியாதவர்களுக்கு, இந்த மாபெரும் உலகமானது பட்டப் பகலிலும் நட்ட நடு இரவாகவே இருக்கும் என்கிறார் திருவள்ளுவர்.

பெரியாழ்வார்,

> இரு மலை போல எதிர்ந்த மல்லர்
> இருவர் அங்கம் எரி செய்தாய்

என்கிறார். இங்கும் இரு மலை எனில் மாபெரும் மலை என்றே பொருள்.

நாமிங்கு இரு எனும் சொல்லை இரண்டு எனும் பொருளில் முன்னெடுக்கிறோம். இனி, சில சொற்களைக் காணலாம். பிரம்மனில் தொடங்கலாம் முதற்சொல்லை:

நாஞ்சில்நாடன்

இருக்கன்	-	பிரம்மன். One who recites Vedha.
ரிக் வேதம்	-	இருக்கு வேதம்
இருக்கால்	-	இரண்டு. இருகால். இரண்டு தரம்.

அஞ்சுமுகம் தோன்றின் ஆறுமுகம் தோன்றும்
வெஞ்சமரில் அஞ்சல் என வேல் தோன்றும் - நெஞ்சில்
ஒருகால் நினைக்கின் இருகாலும் தோன்றும்
முருகா என்று ஓதுவார் முன்.

என்றொரு பாடல், சீர்காழி கோவிந்தராஜனின் குரலில் ஆயிரம் முறை கேட்டிருப்பேன்.

இருக்காழி	-	காழ் எனில் விதை. இருக்காழி எனில் இரண்டு விதைகளை உடைய காய். பனம் பழத்தில் மூன்று, இரண்டு, ஒன்று என விதைகளை யுடைய பழங்களைக் காணலாம்.
இருக்கு	-	இருக்கு வேதம். முதல் வேதம்
இருக்குவேள்	-	கொடும்பாளூர் சிற்றரசர்கள். கல்கியின் புகழ்பெற்ற கதாபாத்திரங்கள், பொன்னியின் செல்வன் நாவலில்.
இருக்கை	-	இருப்பிடம், ஆசனம், ஊர், குடியிருப்பு.
இருகண்	-	ஊனக்கண், ஞானக்கண்.

சீவக சிந்தாமணியின் கனகமாலையார் இலம்பகத்துப் பாடல் சொல்கிறது...

**வினைப் பெருந் தச்சன் நல்லன்
மெய்ம்மை நாம் நோக்கலுற்றால்
எனக்குற்றுக் கிடந்த தென்று
அங்கு இருகணும் புதைத்து வைக்கும்.**

என்று. படைப்பு வினை ஆற்றும் பெருந் தச்சனாகிய பிரம்மன் நல்லவன். உடம்பின் உண்மைத்தன்மையை நாம் உற்று நோக்குவோம் என்றால், எனக்கு உள்ளே கிடந்தது என்று காணும்படியாக ஞானக் கண்ணையும் ஊனக்கண்ணையும் புதைத்து வைத்திருக்கிறான்.

இந்தச் செய்யுளில் வரும் பெருந்தச்சன் எனும் சொல், மலையாளத்தின் விருது பெற்ற திரைப்படம் ஒன்றின் பெயராக அமைந் திருந்தது நினைவிருக்கலாம்.

இருகரையன் - Double minded person. இரண்டு நோக்கம் உடையவன்.

இரு குரங்கின் கை - முசுமுசுக்கை எனும் தாவரம். முசு என்றால் குரங்கு.

இரு குறள் நேரிசை வெண்பா - நேரிசை வெண்பா வகை.

இருங்கோ வேள் - வேளிர்தலைவர்களில் ஒருவன். புறநானூற்றில் கபிலர் பாடலாக இருங்கோவேள் குறித்து இரண்டு பாடல்கள் உண்டு.

இருங்கரம் - இரு குறுணி. பதக்கு.

இருசகம் - மாதுளை.

இருசமய விளக்கம் - சைவ, வைணவ சமயங்களை ஆராயும் நூல்.

இருசால் - தண்டல் பணம் செலுத்துதல், கருவூலத்துக்கு அனுப்பும் பணம்.

இருசி - Woman destitute of menstruation ருதுவாகும் தன்மை இல்லாத பெண். ஒரு பெண் பேய்க்கு இருசி என்று பெயருண்டு.

இருசுடர் - சந்திரனும் சூரியனுமாகிய இரண்டு சுடர்கள். ‘இரு சுடர் ஞாலத்து’ என்றொரு பாடல் வரி. ஞாலம் எனில் உலகம்.

இரு சுழி - இரட்டைச்சுழி. ‘இருசுழி இருந்தும் தின்னும், இரந்தும் தின்னும்’ சொலவம்.

இருஞ்சிறை - இருமை, நரகம், நகரம் என்றும் இன்று சொல்லலாம்.

இருட்சரன் - இருளில் திரிபவன், அரக்கன்.

இருட்சி - இருட்டு, சொல்லாக்கத்தை உன்னும் போது மருட்சி - மருட்டு, வெருட்சி – வெருட்டு,

திரட்சி – திரட்டு, புரட்சி – புரட்டு என்ற சொற்களை ஒப்பிட்டுப் பார்க்கலாம். புரட்டு எனும்போது புரட்டிப் போடுதல் என்ற நல்ல பொருளில் பயன்படுத்துகிறேன்.

இருட்டறை - இருட்டு அறை. வரைவின் மகளிர் அதிகாரத்துக் குறள் பேசுகிறது,

பொருட் பெண்டிர் பொய்மை முயக்கம்
இருட்டறையுள்
ஏதில் பிணம்தழீஇ அற்று.

இந்தக் குறளின் அளபெடை நயத்தைக் கவனிக்கவும். இன்று விலைமகள், வேசி, தேவடியாள் என்று மலிவாக்கப்பட்ட சொற்களுக்கு, அன்று வள்ளுவம் பயன்படுத்திய சொல் பொருட்பெண்டிர். Sex worker என்பதை விடவும் அருமையான சொல் இது. இருமனப் பெண்டிர் என்பான் கம்பன். பொய்மை எனில் போலி, முயக்கம் எனில் தழுவல், கலவி. பொருட் பெண்டிரின் பொய்மையான முயக்கமானது, இருட்டறையில் முன்பின் அறிந்திராத பெண்ணின் பிணத்தைத் தழுவுவது போன்றது என்பது குறளின் பொருள்.

இருட்டு	-	இருள், அறியாமை.
இருட்டுதல்	-	இருட்டு, இருளடைதல், வானம் மப்பும் மந்தாரமுமாக இருத்தல்.
இருட்பகை	-	சூரியன். 'இருட்பகை மண்டிலம்' என்கிறது சூரிய மண்டலத்தைக் கல்லாடம்.
இருட்படலம்	-	இருட்தொகுதி.
இருட்பூ	-	ஒருவகை மரம்.
இருடி	-	இருள், ஆந்தை, முனிவன். ரிஷி - இருஷி- இருடி என்பது தொல்காப்பியத்தின் தற்பவம் இலக்கணப்படி தமிழாதல். 'எயினர் தங்கும் இருடிகள் இருப்பிடம் ஏய்ந்த' என்பார் கம்பர். எயினர் – வேடர், ஏய்ந்த – ஒத்தன.

இருடீகேசன்	-	திருமால்.
இருண்டி	-	சண்பகம்.
இருண்மதி	-	இருள் + மதி = இருண்மதி. கிருஷ்ண பட்சத்துச் சந்திரன், அமாவாசை, New Moon. குணமுதல் தோன்றிய ஆரிருண் மதியின் தேய்வன கெடுக, நின் தெவ்வர் ஆக்கம் என்கிறது மதுரைக் காஞ்சி. தலையானங் கானத்துச் செருவென்ற பாண்டியன் நெடுஞ்செழியனை, மாங்குடி மருதன் பாடியது. குணம் - கிழக்கு, ஆரிருண் மதி - ஆர் + இருள் + மதி, அதாவது அம்மாசி எனப்படும் அமாவாசை. தெவ்வர் - பகைவர். ஆக்கம் - செல்வம். செல்வம் என்றால் பொன், பொருள் என்று மட்டும் பொருள் இல்லை. பாடலின் பொருள், 'உனது பகைவரது செல்வம், கிழக்கே தோன்றும் இருள் மதி போன்று தேய்பிறையாகி அழிக' என்பது
இருண் மலம்	-	ஆணவ மலம்.
இருண்மை	-	இருண்டிருக்கும் தன்மை.
இருணம்	-	உவர் நிலம். கடன்.
இருணாள்	-	இருள் நாள், கிருஷ்ண பட்சத்து நாள்.
இருணிலம்	-	இருள் நிலம், நரகம்.
இருத்தல்	-	முல்லைத் திணையின் உரிப்பொருள். தலைவரைப் பிரிந்து வாழ்தல்.
இருத்தி	-	'இருப்பாயாக' என்று வாழ்த்தும் சொல். 'சிரஞ்சீவி பவ' என்று சொல்வதை ஒத்தது.
இருத்திப் பேசுதல்	-	அழுத்திச் சொல்லுதல்.
இருத்திப் போடுதல்	-	நிலைக்கச் செய்தல். அசையாமல் செய்தல். தன்கீழ் பணிபுரியும் ஒருவரை முன்னேற விடாமல் தடுத்தல்.
இருத்தினன்	-	Priest who officiates at a Sacrifice.

இருத்துதல்	-	உட்காரச் செய்தல். தாமதிக்கச் செய்தல், அழுத்துதல், அடித்து இறுக்குதல், நிலை பெறச் செய்தல், கீழிறக்குதல்.
இருத்து	-	வைரத்தின் குற்றங்களில் ஒன்று.
இருத்தை	-	சேங்கொட்டை மரம்.
இருதலை	-	இருமுனைகள். இரு பக்கங்கள். மறுதலை என்றால் மறுபக்கம், Inverse, ஒருதலை எனில் ஒருபக்கம் மட்டுமே சார்ந்திருப்பது. One sided.

ஒரு தலையான் இன்னாது காமம் காப்போல இரு தலையானும் இனிது.

என்பது திருக்குறள். ஒருதலைப் பட்சமான காமம் துன்பமானது. காவடி போல இரண்டு உள்ளங்களும் காமம் நிறைந்திருப்பதே இனிது என்பது பொருள். இங்கு காமம் என்பது காதலுக்கு ஆதிச் சொல்.

இருதலைக் கபடம்	-	விலாங்கு மீன்.
இருதலைக் கொள்ளி	-	இருமுனைகளிலும் நெருப்புள்ள கட்டை. 'இருதலைக் கொள்ளி எறும்புபோல்' என்பது தமிழில் பல்லாயிரம் முறை கையாளப்பட்ட உவமை. முத்தொள்ளாயிரத்தில் அருமையான காதல் பாட்டு ஒன்று,

நாண் ஒருபால் வாங்க, நலன் ஒருபால்
உள்நெகிழ்ப்பக்
காமரு தோள் கிள்ளிக்கு என் கண் கவற்ற-
யாமத்து
இருதலைக் கொள்ளியின் உள்ளெறும்பு
போலத்
திரிதரும் பேரும் என் நெஞ்சு

'நாணொரு பால்' என்பதை நான் 'நாண் ஒரு பால்' என்று பிரித்துத் தந்தேன். பாடலின்

பொருளானது: 'ஒரு பக்கம் நாணம் என்னைத் தடுக்கிறது. ஊடல் நீங்கினால் வரப்போகும் நலனைக் கருதினால் மனதை அது இளக்கு கிறது. அழகிய தோள்களை உடைய சோழன் காரணமாக உறக்கம் வராமல் என் கண்கள் துன்புறுகின்றன. இருதலைக் கொள்ளியின் உள்ளெறும்பு போல என் நெஞ்சு அங்கும் இங்குமாகப் பரிதவிக்கின்றது. நான் என்ன செய்வேன்!

நீத்தல் விண்ணப்பத்தில், மாணிக்க வாசகர்,

இருதலைக் கொள்ளியினுள் எறும்பு
ஒத்து நினைப் பிரிந்த விரிதலையேன்

என்கிறார். விரிதலை என்றால் பிரிந்து அங்குமிங்குமாகத் திரிந்த அலைச்சலால் சிதறிய தலைமயிர் என்று பொருள்.

இருதலை நோய்	-	கடுமையான தலைவலி.
இருதலைப் புடையன்	-	சின்னத் தலையுடன் கூடிய குருட்டுப் பாம்பு வகை.
இருதலைப் புள்	-	இரண்டு தலைகளுடைய பறவை. புராணக் கதாபாத்திரமாக இருக்கலாம்.
இருதலை மணியம்	-	நண்பன் போல் நடித்து இருவருக்குள் கலகம் செய்பவன். கோள் சொல்பவன். கோள் மூட்டுதலுக்கு மற்றுமோர் சொல் 'குறளை' என்பதாம். 'தீக்குறளை சென்று ஓதோம்' என்பார் ஆண்டாள், திருப்பாவையில். தீக்குறளை என்பதைத் திருக்குறள் என்று மூடத்தனமாகப் பொருள் கொண்டு ஆண்டாளை வைது கொண்டிருந்தார் இங்கு ஒரு சாரார்.
இருதலை மணியம்	-	இரண்டு பக்கமும் தலை இருப்பது போலத் தோற்றம் தரும் ஒருவகைத் தாமிர நிற மண்ணுள்ளிப் பாம்பு.

இருதலை மாணிக்கம்	-	சைவ மந்திரம். தொடக்கத்தில் இருந்து அல்லது முடிவில் இருந்து வாசித்தாலும் ஒன்று போல் ஒலித்து, பொருளும் மாறாத சொல். எடுத்துக்காட்டு, 'சிவாயவாசி'.
இருதலை விரியன்	-	நான்கடி வரை நீளமுள்ள பாம்பு வகை. பாம்பாட்டிகள், வாலைத் திருத்தி, தலை போல் செய்து வித்தை காட்டுவார்கள். மண்ணுள்ளிப் பாம்பு இனம். 'மண்ணுள்ளிப் பாம்பு' என்று எனது முதல் கவிதைத் தொகுப்பின் தலைப்பு.
இரு திணை	-	உயர்திணை, அஃறிணை என்பன. தொல்காப்பியத்தின் சொல்லதிகார கிளவியாக்கம் நூற்பா,

உயர் திணை என்மனார் மக்கள் சுட்டே
அஃறிணை என்மனார் அவர் அல பிறவே

என்கிறது. மேலும்,

ஆடூஉ அறிசொல் மகடூஉ அறிசொல்
பல்லோர் அறியும் சொல்லொடு சிவணி
அம்முப்பால் சொல் உயர் திணை அவ்வே!

என்கிறது. ஆடூஉ - ஆண், மகடூஉ- பெண், பல்லோர் – பலர், என முப்பால் சொற்கள் உயர்திணைச் சொற்கள்.

இருது	-	ருது. இருமாதப் பருவம். மகளிர் பூப்பு. முதற் பூப்பு. Season of two months.
இருது காலம்	-	மாதவிடாய்க் காலம். கருத்தரிக்கும் காலம்.
இருது சங்கமனம்	-	இருது காலத்தில் நாயகன், நாயகியை முதன் முதலாகக் கூடுவதற்குச் செய்யும் சடங்கு.
இருது சந்தி	-	Junction of two Seasons. இரண்டு பருவங்கள் சந்திக்கும் காலம்.
இருது சாந்தி	-	சாந்திக் கல்யாணம்.
இருது நுகர்வு	-	பருவங்களுக்கு உரிய அனுபவம்.

இருதுப் பெருக்கி	-	ருதுப் பெருக்கி. சூதகம் வெளியேற்றும் மருந்து. Medicine which promotes menstrual discharge.
இருதுமதி	-	Girl who attained puberty. Woman during her periods; Woman after her periods, being then in a condition favorable for conception.
இருதுவலி	-	பூப்புக்கால வலி. Painful menstruation.
இருதுவாதல்	-	பூப்படைதல், to attain Puberty.
இருது ஸ்நானம்	-	முதற் பூப்பில் நடத்தும் நீராட்டச் சடங்கு.
இருந்த திருக்கோலம்	-	திருமாலின் அமர்ந்த கோலம்.
இருந்து	-	ஐந்தாம் வேற்றுமைச் சொல் உருபு.
இருந்தையூர்	-	மதுரையின் திருமால் தலம்.
இரு நிதிக் கிழவன்	-	சங்க நிதி, பதும நிதி என்னும் இரண்டு நிதிகளுக்கு அதிபதி. குபேரன்.
இருநிலம்	-	பூமி.
இரு நினைவு	-	இரு மனது. அலைபாயும் மனது. Double mindedness.
இரு நூறு	-	Two Hundred.
இருப்பவல்	-	ஒரு மருந்துப் பூண்டு வகை.
இருபத்து நாலாயிரப் படி	-	நம்மாழ்வாரின் திருவாய்மொழிக்கு பெரியவாச்சான் பிள்ளை எழுதிய உரை.
இருபது	-	இரண்டு பத்து.
இருபன்னியம்	-	இருத்தை. சேங்கொட்டை. வண்ணார் வெளுக்கும் துணிகளில் ஒவ்வொரு குடும்பத்தினருக்கும் தனித்தனிக் குறியிடப் பயன்படுத்தும் கொட்டை.
இருபா இருபஃது	-	வெண்பாவும் அகவற்பாவும் மாறி மாறி வரும் பிரபந்த வகை. மெய்கண்ட சாத்திரத்தில் ஒன்று.

இருபான்	-	இருபது.
இரு பிறப்பாளன்	-	பிராமணன்.
இரு பிறப்பு	-	பிராமணனின் இரு பிறப்புகள்.
இரு பிறவி	-	இரு சாதி சேர்ந்து பிறக்கும் பிராணி இனம்.
இருபுடை மெய்க்காட்டு	-	ஒன்றே இருவேறு வகையாகத் தோற்றுவது.
இருபுரியாதல்	-	இரண்டு கயிறுகளை ஒன்றாகத் திரித்தல்.
இருபுனல்	-	தேங்கும் நீரும், ஓடும் நீரும் இருபுனல் எனப்படும்.

இருபுனலும் வாய்ந்த மலையும் வருபுனலும் வல்லரணும் நாட்டிற்கு உறுப்பு

என்பது நாடு அதிகாரத்துக்குறள். இருபுனலும் உயர்ந்த மலையும் பொழியும் மழையும் வலிமையான அரண்களும் நாட்டின் உறுப்புகள் என்பது பொருள்.

இரு புலன்	-	பதினெண் கீழ்க்கணக்கு நூல்களில் ஒன்றான, பெருவாயின் முள்ளியார் இயற்றிய, தற்சிறப்புப் பாயிரம் உட்பட 101 வெண்பாக்கள் கொண்ட, ஆசாரக் கோவை, இருபுலன் எனும் சொல் பயன்படுத்துகிறது. இரு புலன் என்பதற்கு மலமும் சிறுநீரும் என்று உரை எழுதுகிறார்கள். இரு புலன் எனும் சொல் ஆளும் பாடல் சுவையானது.

புல், பைங்கூழ், ஆப்பி, சுடலை, வழி,
                                                                                    தீர்த்தம்,
தேவகுலம், நிழல், ஆன்நிலை, வெண்பலி,
                                                                                    என்று
ஈரைந்தின் கண்ணும் உமிழ்வோடு
                                                                          இருபுலனும்
சோரார் உணர் வுடையார்.

புல், விளைநிலம், பசுஞ்சாணம், சுடுகாட்டுக் குழி, வழி, தீர்த்தம், தேவாலயம், நிழல்,

பசு மந்தை நிற்கும் இடம், சாம்பல் எனும் பத்துப் பொருட்கள் அல்லது இடங்களில் உமிழ் நீர் துப்ப மாட்டார்கள், மலம் சிறுநீர் கழிக்க மாட்டார்கள் உணர்வுடையவர்கள் என்பது பொருள். அடுத்த பாடலிலேயே பகல் பொழுதில் தெற்கு நோக்கியும் இராப் பொழுதில் வடக்கு நோக்கியும் இருந்து மலசலம் விடுத்தல் ஆகாது என்கிறார். பாவம் அடுக்ககங்களில் வாழ்வோர் என்ன செய்வார்கள்?

இருபுறவசை — வசை போன்ற வாழ்த்து. நிந்தைத் துதி. எடுத்துக்காட்டுக்கு ஒரு பாடல். யாத்த புலவரை எவரும் அறியார். மீனாட்சி அம்மை மீது நிந்தாஸ்துதி.

மாப்பிட்டு எனும் சிறு தூள் பிட்டுக்காக
    மண்ணைச் சுமந்தே
ஆப்பிட்டுக் கொண்டு அடிபட்ட
    சொக்கேசருக்கு ஆசைப்பட்டுச்
சேப்பிட்டு மையிட்டு பூமாலை கந்தம்
    நிமிர்ந்து மஞ்சள்
காப்பிட்டு வாழ்க்கைப் பட்டாள்
    கூடல்வாழும் கயற்கண்ணியே!

'மாப்பிட்டு என்னும் உதிர்ந்த பிட்டுக்காக மண்சுமந்து, அகப்பட்டு, அடிவாங்கிய சொக்கேசருக்கு ஆசைப்பட்டு, சிவந்த திலகமிட்டு, கண்மையிட்டு, வாசம் நிறைந்த மஞ்சள் காப்பிட்டு வாழ்க்கைப்பட்டாள் நான்மாடக் கூடல் நகரில் வாழும் அங்கயற் கண்ணியே!' - பொருள்.

இருபுற வாழ்த்து — வாழ்த்துப் போன்ற வசை. எடுத்துக்காட்டுச் செய்யுள் தேடிக்கொண்டிருக்கிறேன். தெரிந்தால் கூறுங்கள்.

இரு பூ — இரு போகம். நாஞ்சில் நாட்டில் கன்னிப் பூ, கும்பப் பூ என்பர்.

இரு பூலை	-	பூலா எனும் சிறு தாவரம். எனக்கு பூலாத்தி என்றொரு சிறு தாவரம் தெரியும். இரண்டும் ஒன்றா என்று தெரியாது.
இரு பெயரொட்டு ஆகுபெயர்	-	ஆகுபெயர் வகை. மேல் விபரம், தமிழறிந்த தமிழாசிரியரிடம் கேட்கலாம்.
இரு பெயரொட்டு	-	மார்கழி ஆகிய திங்களை மார்கழித் திங்கள் என்று குறிப்பிடுவது இருபெயரொட்டு. அஃதே போல் தமிழ் ஆகிய மொழி என்பதைத் தமிழ்மொழி என்பது.
		வீட்டுப் பாடமாக மேலும் சில இரு பெயரொட்டுகளை அறிய முயலலாம்.
இருபொருள்	-	கல்வியும் செல்வமும்.
இருபோது	-	காலையும் மாலையும்.
இருமடி ஆகுபெயர்	-	ஒரு ஆகுபெயர் வகை. சாமி சத்தியமாக எனக்குத் தெரியாது.
இரு மண்	-	ஒரு வகை மண்.
இரு மரபு	-	தாய்வழி மற்றும் தந்தை வழி. 'இரு வழியும் தூய வந்த' என்பார் மூத்த தமிழ் எழுத்தாளர் ஈழத்து எஸ்.பொ.
இரு மருந்து	-	சோறும் தண்ணீரும். புறநானூற்றில் சோழன் குளமுற்றத்துச் துஞ்சிய கிள்ளி வளவனை,
		இரு மருந்து விளைக்கும் நல் நாட்டுப் பொருநன்
		என்கிறார். புலவர் கோவூர் கிழார்.
		தேளம் தீம்தொடைச் சீறியாழ்ப்பாண! என்று தொடங்கும்பாடலில், அவனுடையவயநகர், 'அடு தீ அல்லது சுடுதீ அறியாது' என்கிறார். உணவை ஆருயிர் மருந்து என்கிறார் மணிமேகலை ஆசிரியர்.
இரு மனம்	-	வஞ்சகம்.

		இரு மனப் பெண்டிரும் கள்ளும் கவறும் திருநீக்கப் பட்டார் தொடர்பு.
		என்பது வரைவின் மகளிர் அதிகாரத்துக் குறள். 'இரு மனப் பெண்டிரும் கள்ளுண்டு கவறாடும் இறை முறை பிழைத்த அரசும்' என்பான் கம்பன்.
இருமா	-	ஒரு பின்னம். பத்தில் ஒன்று. 1/10.
இருமா வரை	-	ஒரு பின்னம். பத்தில் ஒன்றும் நாற்பதில் ஒன்றும், அதாவது 5/40. அது 1/8, அரைக்கால்.
இருமான்	-	எலி வகை.
இரு முது குரவர்	-	தாய் தந்தையர்.
இரு முற்று இரட்டை	-	செய்யுளில் ஓரடி முற்று எதுகையாய், மற்றை அடி மற்றொரு முற்று எதுகையாய் வருவது.
இரு மூடம்	-	தானாகவும் அறியாது, பிறர் அறிவிக்கவும் அறியாத மூடர். 'தன்னாலும் தெரியாது, சொன்னாலும் தெரியாது' - சொலவம்.
இரு மோட்டு வீடு	-	மச்சும் அதன்மேல் கூரையும் உள்ள வீடு.
இருவணக் கட்டை	-	வண்டியின் முகவணை.
இருவாட்சி	-	ஒரு பறவை. ஒரு சிறு தாவரம்.
இருவாட்டித் தரை	-	மணலும் களியுமான நிலம்.
இருவாடி	-	இருவாட்சி.
இருவாம்	-	நாம் இருவரும்.
இருவாய்க் குருவி	-	ஒரு வகை மலைப் பறவை. இரு வாய்ச்சி.
இரு வாய்ச்சி	-	இரு வாட்சி.
இருவாரம்	-	மேல் வாரமும் குடி வாரமும். Two shares.
இரு வினை	-	நல்வினை. தீவினை.
		இருள் சேர் இருவினையும் சேரா இறைவன் பொருள் சேர் புகழ்புரிந்தார் மாட்டு

		என்பது இறைவணக்கம் அதிகாரத்துக் குறள். இறைவனுடைய மெய்யான புகழை உணர்ந்து அறிந்தாரை நல்வினையும் தீவினையும் நண்ண மாட்டா.
இரு வேலி	-	வெட்டி வேர்.
இருளி	-	பன்றி. கறுப்புப் பன்றியாக இருக்கலாம்.
இருளுலகம்	-	நரகம்.
இருளுவா	-	இருண்ட வாவு. மலையாளம், அமாவாசையைக் கறுத்த வாவு, முழுமதியை வெளுத்த வாவு என்னும்.
இரட்டுதல்	-	இரட்டித்தல்.
இரட்டிப்பு	-	இருமடங்கு, இரட்டி.
இரட்டித்துச் சொல்லுதல்	-	To repeat.
இரட்டு	-	இரட்டைக் கிளவி. 'பாம்பு, பாம்பு' என்பது.
இரட்டுறக் காண்டல்	-	Hypothetical Knowledge. Indistinct perception. ஐயக்காட்சி. 'திரியக் காண்டலும் இரட்டுறக் காண்டலும் தெளியக் காண்டலும் எனக் காட்சி மூவகைப்படும்' என்பர்.
இரட்டுற மொழிதல்	-	Making intentionally a statement capable of being interpreted in two ways. ஓர் மொழிதல் உத்தி.
இரட்டுறல்	-	சிலேடை.
இரட்டுறுதல்	-	இருபொருள்படுதல். ஐயுறுதல். மாறுபடுதல்.
இரட்டை	-	Pair. தம்பதிகள். Twins. இரண்டு ஒன்றானது. Even Numbers. மிதுனம். ஆனிமாதம்.
இரட்டைக் கத்தி	-	இரண்டு அலகுள்ள கத்தி.
இரட்டைக் கதவு	-	இரு பிரிவாக உள்ள கதவு.
இரட்டைத் தூண்	-	பக்கம் பக்கமாக இரண்டு கற்களால் அல்லது மரங்களால் ஆகிய தூண்.

இரட்டைக் கிளவி - இரட்டையாக நின்றால் மட்டுமே பொருள் தரும் தொடர். சுறுசுறுப்பு, புறுபுறுப்பு, பரபரப்பு...

இரட்டைக் குண்டு அட்டிகை - கழுத்து அணிவகை.

இரட்டைக் கை - Gesture with both hands.

இரட்டைக் கொடி அடுப்பு - அடுப்பு வகை. தீ போட மத்தியில் அடுப்பு இருக்கும். அந்த அடுப்பின் இருவசமும் தொடராகச் சிறிய அடுப்புகள் இருப்பது.

இரட்டைச் சிரட்டை - இரட்டைக் கொட்டாங்கச்சி.

இரட்டைச் சுழி - இரு சுழி. ஐகார ஒலியைக் குறிக்கும். 'ை' எனும் குறி.

இரட்டைத் தவிசு - இருவர் அமர்வதற்கான ஒரே ஆசனம். இன்றைய நீள சோபா போல.

இரட்டை நாக பந்தம் - சித்திரக் கவி வகை.

இரட்டைத் தொடை - ஒரு சொல்லே ஒரு அடி முழுவதும் வருவ தாகத் தொடுப்பது.

இரட்டை நாடி - பாரிய உடல்.

இரட்டைப் படை - இரட்டிப்பு. Even Numbers. ஒற்றைப் படை எனில் Odd numbers.

இரட்டைப் பாக்கு - இரு கண்ணுள்ள பாக்கு.

இரட்டைப் பிள்ளை - Twins. ஒரே கர்ப்பத்தில் இருந்து, தனித் தனியாக, ஒரே சமயத்தில் பிறந்த இருவர். இரட்டையாகக் கிளைக்கும் தென்னை, பனை, கமுகு, ஈந்து.

இரட்டைப் பூட்டு - இருமுறை திருப்பும் பூட்டு.

இரட்டைத் தாழ் - கதவின் மேல் பக்கம் ஒரு தாழ்ப்பாள். கீழ்ப்பக்கம் ஒரு தாழ்ப்பாள் என இரண்டு.

'ஒட்டக்கூத்தன் பாட்டுக்கு இரட்டைத் தாழ்ப்பாள்' என்றொரு கதை உண்டு.

இரட்டை மணிமாலை - 96 சிற்றிலக்கிய வகைகளில் ஒன்று. முதலில் வெண்பா பிறகு கட்டளைக் கலித்துறை என்று அந்தாதித் தொடையில் அமைந்த 20 பாடல்கள்.

இரட்டையர் - Twins. நகுல சகாதேவர். 15ம் நூற்றாண்டில் சேர்ந்தே வாழ்ந்த இரு புலவர்கள். ஒருவர் முடவர், மற்றவர் குருடர். இரட்டைப் பிள்ளைகளாக இளஞ்சூரியர், முது சூரியர் எனவேறு இருபுலவர்களும் வாழ்ந்திருந்தனர். குருடரும் முடவருமான புலவர்களில், குருடர் சுமக்க, முடவர் தோள் மீதிருந்து வழி சொல்ல நடந்து, பாடல்பாடி, உணவு தேடி வாழ்ந்தவர்கள். செங்குந்த இனத்தில் பிறந்தவர்கள் என்றும் கலம்பகம் பாடுவதில் வல்லவர்கள் என்றும் அறிஞர் கூறுவர். கலம்பகத்துக்கு இரட்டையர்கள் என்பார்கள். திருவாமாத்தூர் கலம்பகம், தில்லைக் கலம்பகம், கச்சிக்கலம்பகம் என்பன இவர்கள் இயற்றிய நூல்களாம். பல பட்டடைச் சொக்கநாதர் இயற்றிய பாடல் ஒன்று இரட்டையர் சிறப்பை மெய்ப்பிக்கும். பாடல் கீழ் வருமாறு. பொருள் சொல்ல அவசிய மற்ற பாடல்.

**வெண்பாவில் புகழேந்தி, பரணிக்கோர்
சயங்கொண்டான், விருத்தம் என்னும்
ஒண்பாவிற்கு உயர் கம்பன், கோவை உலா
அந்தாதிக்கு ஒட்டக் கூத்தன்,
கண்பாயக் கலம்பகத்திற்கு இரட்டையர்கள்,
வசை பாடக் காளமேகம்
பண்பாகப் பகர்சந்தம் படிக்காசு அலால்
ஒருவர் பகர ஒணாதே!**

இரட்டையர்களில், வெண்பாவின் முதல் ஈரடி ஒருவர் எடுக்க, இரண்டாம் ஈரடிகள் மற்றவர் பாடி முடிப்பாராம். எடுத்துக்காட்டுக்கு ஒரு பாடல்.

முதலாமவர் எடுக்கிறார்,

திருவாங்கூர்ச் சிவபெருமானை வணங்கி
தேங்கு புகழ் ஆங்கூர்ச் சிவனே!
அல்லாளியப்பா! நாங்கள் பசித்திருக்க
ஞாயமோ? என்று. மற்றவர் முடிக்கிறார்,

போம் காணும் கூறு சங்கு,
தோல் முரசு, கொட்டோசை அல்லால் சோறு
கண்ட மூளியார் சொல்?

சிவபெருமானுக்கே முழங்கும் சங்கொலியும் தோல்முரசின் ஒலியும் கொட்டின் ஓசையும் அல்லால் சோற்றுக்கு வழியில்லை. நமக்கு எங்கே, எவர் ஈயப் போகிறார்கள் என்று பொருள்.

இரட்டை விருத்தம்	-	பதினோரு சீர்க்கு மேற்பட்ட சீர்களால் வரும் கழிநெடிலடி ஆசிரிய விருத்தம்.
இரண்டகம்	-	துரோகம். 'உண்ட வீட்டுக்கு இரண்டகம் நினையாதே' - சொலவம்.
இரண்டறக் கலத்தல்	-	ஒன்றாதல். முக்தி அடைதல்.
இரண்டாகுதல்	-	இரு துண்டுகளாதல்.
இரண்டாம் கட்டு	-	வீட்டின் இரண்டாம் பகுதி.
இரண்டாட்டுதல்	-	இரு நெறிப் படுதல். To be double minded.
இரண்டாந்தரம்	-	இரண்டாவது கல்யாணம். இடைவேளை உணவு. Secondary.
இரண்டா நிலம்	-	மேன்மாடம்.
இரண்டாம் பட்சம்	-	Secondary, உறுதி இல்லாதது.
இரண்டாம் பாட்டன்	-	பாட்டனின் தந்தை. எனில் முப்பாட்டன் அவர் தந்தையாக இருத்தல் வேண்டும்.

இரண்டாம் போகம்	-	மனைவியை ஒரே இரவில் இரண்டாந்தரம் புணர்வது அல்ல. இரண்டாம் பூ. Second Crop.
இரண்டாம் வேளை	-	Second meal during the day. பலருக்கு மூன்றாம் வேளையும் உண்டு. சிலருக்கோ ஒருவேளையே திண்டாட்டம்.
இரண்டில் மூன்றில்	-	இரண்டு மூன்று நாட்களுக்கு ஒரு முறை.
இரண்டு	-	இரண்டு என்ற எண். 'எட்டினோடு இரண்டும் அறியேனையே' என்கிறார் மாணிக்க வாசகர். எட்டு என்ற எண்ணின் தமிழ் வரிவடிவம் 'அ'. இரண்டு என்ற எண்ணின் தமிழ் வரிவடிவம் 'உ'. அகரம் சிவன், உகரம் சக்தி. 'சிவனையும் சக்தியையும் அறியேன் நான்' என்பது பொருள். 'எட்டும் இரண்டும் அறியாதவன்' என்றொரு பழமொழி உண்டு.
இரண்டுக்குப் போதல்	-	மலம் கழித்தல்.
இரண்டுக்குற்றது	-	இதுவோ அதுவோ என்ற நிலை.
இரண்டுங் கெட்ட நேரம்	-	பகலும் இரவும் இல்லாத இடைப்பட்ட நேரம். அந்திப் பொழுது. சந்திப் பொழுது.
இரண்டுங் கெட்டான்	-	நன்மை தீமை அறியாதவன். ஒரு வழிக்கும் வராதவன்.
இரண்டு நினைத்தல்	-	துரோகம் நினைத்தல்.
இரண்டு படுதல்	-	பிரிவு, பிளவு படுதல்,
		'ஊர் ரெண்டு பட்டா கூத்தாடிக்குக் கொண்டாட்டம்' பழமொழி. சாதிப் பிளவு இருந்தால் அரசியல்வாதிக்கும், முற்போக்குக் கட்டுரை எழுதுபவருக்கும் கொண்டாட்டம்.
இரண்டு எட்டில்	-	சீக்கிரத்தில்.
இரண்டொன்று	-	சில.

நவம்

இரட்டையில் ஒற்றை - இரட்டைப் பிள்ளைகளில் ஒருவர். இரண்டு என்னும் எண். 'ரெண்டுல நீ ஒண்ணைத் தொடு மாமா' என்று கதாநாயகி நெஞ்சை நிமிர்த்திக் காட்டி நிற்பதல்ல. தேர்வு முடிவுகள் வரும் போது, விளையாட்டின் வெற்றி தோல்விகள் தீர்மானிக்கப்படும்போது, இரண்டு விரல்களை நீட்டி ஒன்றைத் தொடச் சொல்வார்கள் மாணவர். 'ரெண்டுல ஒண்ணு பாத்திரலாம்' என்றால் 'ஒண்ணுல அப்பிடி, இல்லாட்டா இப்பிடி' என்று பொருள். அல்லது ஆகும் அல்லது போகும். மலையாளத்தில் 'ரெண்டும் கல்ப்பிச்சே எறங்ஙி' என்பார்கள். அதாவது ஒன்றில் வாழ்வு அல்லது சாவு.

சபரிமலை சாஸ்தா தரிசனத்துக்கு 41 நாள் விரதம் இருந்து, பெருவழிப்பாதையில் நடந்து, எரிமேலியில் பேட்டை துள்ளி, கரிமலை ஏற்றம் நடந்து, 18 படிகள் சமுண்டியேறுகிறவர்கள் தலையில் சுமந்து போகும் கட்டு, இருமுடி. அந்தக் கட்டின் ஒரு முடிச்சினுள் சொந்த சாப்பாட்டுக்கான பொருட்களும், இன்னொரு முடிச்சினுள் சாமிக்குச் சேரவேண்டிய அரிசி, சர்க்கரை, நெய்த்தேங்காய், சூடம், சாம்பிராணி போன்றவையும் இருக்கும்.

'இரண்டாட்டில் ஊட்டிய குட்டி' என்றொரு சொலவம் உண்டு. சொந்தத் தாயாட்டிலும் குட்டி செத்துப்போன மற்றொரு தாயாட்டிலும் மாற்றி மாற்றிப் பால் குடித்துக் கொழுக்கும் ஆட்டுக்குட்டி. கொழுப்பான சிறுவர்களைக் கேலி செய்யப் பயன்படுத்தும் பழமொழி. அரசியல் ஆதரவும் சினிமா ஆதரவும் கொண்டவர்களைச் சொல்லலாம் இன்று.

இரண்டு என்பதோர் சமநிலைப்படுத்துதல். இரட்டைக் காளை வண்டி, இரண்டு எருது பூட்டிய ஏர், கமலை, செக்கு. ஆண்பெண் என சகல உயிரினங்களிலும் ஆண் பெண் இணை இரண்டுதான். இணையாக இருக்கும் அதே வேளையில் தனித்தனியானவையும் ஆகும். ஆண், பெண் என்போரை இருபாலர் என்கிறோம். இவ்வுலகத்தின் தன்மையே இரண்டு வகையானது. திருக்குறள் சொல்கிறது,

இருவேறு உலகத்து இயற்கை திருவேறு
தெள்ளியர் ஆதலும் வேறு

என்று. உலகத்தின் இயற்கை இரண்டு வகையானது. செல்வம் என்பது ஒன்று, தெளிவு என்பது மற்றொன்று.

இருபால் இணையை மிதுனம் என்கிறது வடமொழி. அதாவது மிதுன். அஃதோர் ராசியின் பெயரும் கூட. மிதுனம் எனில் இரட்டை என்கிறது பேரகராதி. இணை பிரியாததும் இசையில் வல்லமை உடையன என்று கருதப்படும் பறவை இனத்தை மிதுனம் என்கிறது பிங்கல நிகண்டு. கலவி, இனச் சேர்க்கை, புணர்ச்சி, உடலுறவு, முயக்கம் எனும் நல்ல தமிழ்ச் சொற்களுக்கு மாற்றுச் சொல் மிதுனம். அதாவது ஆணும் பெண்ணும் பாலியல் உறவுக்கு இணைதல். Sex வைத்துக் கொள்வது என்கிறார்கள் கற்றோர். டொக்கு வைப்பது, மேட்டர் போடுவது என்னும் தமிழ் சினிமா.

Mercury அல்லது புதன் எனும் கோளை மிதுனன் என்றனர். மிதுன் சக்கரவர்த்தி என்ற வங்காளத்தைச் சேர்ந்த இந்தி நடிகரின் முகம் உங்கள் நினைவுக்கு வரலாம். மைதுனம் என்னும் சொல்லுக்கும் புணர்ச்சி என்று பொருள் தருகிறது பிங்கலம். அதாவது Copulation, Sexual Union. மிதுனம் எனும் சொல்லில் இருந்ததான் சுயமைதுனம் எனும் சொல்லைக் கண்டோம். அது Masturbation எனும் ஆங்கிலச் சொல்லுக்கு மாற்று.

இரு நோக்கு என்றொரு சொல் திருக்குறளில் ஒரேயொரு இடத்தில். குறள் எண் 1091. இன்பத்துப் பாலில் குறிப்பறிதல் அதிகாரம்.

இரு நோக்கு இவளுண் கண் உள்ளது; ஒரு நோக்கு
நோய், நோக்கு ஒன்று அந்நோய் மருந்து

பொருள் விளங்க வேண்டும் என்பதற்காகவே சொல் பிரித்து, Punctuation போட்டு எழுதியுள்ளேன். என்றாலும் மனது பொறுக்க வில்லை. அத்தனை நயம் மிக்க திருக்குறள் இது. மையுண்ட இவள் வேல் போன்ற, வாள் போன்ற, மீன்போன்ற கண்களுக்கு இரண்டு நோக்குகள் உண்டு. ஒரு நோக்கு காதல் அல்லது காம நோய் செய்யும். மற்றொரு நோக்கு அந்நோய்க்கு மருந்தும் ஆகும். ஒரு பாடல் காலம் கடந்து வாழ்வதற்கு இந்தச் செய்யுள் ஒரு எடுத்துக்காட்டு. மையுண்ட கண்கொண்ட பெண்களுக்கு என்றில்லை, பொய்யுண்ட கண்கொண்ட அருள் விற்பனை செய்யும் சாமியார்களுக்கும் இரு நோக்கு உண்டு. செல்வந்தர்களுக்கு என்று பொன்னோக்கு. அற்ப மானிடர்க்கு என்று புண்ணோக்கு.

மைதுனம் பற்றிப் பகர்ந்தபின், காமத்துப் பாலின் இன்னொரு குறள் சொல்லாமல் கட்டுரையை முடிப்பதா என இருமனதாக இருக்கிறது. புணர்ச்சி மகிழ்தல் அதிகாரத்துக் குறள், காதலர் இருவர் சம்மந்தப்பட்ட குறள் அது. காதலன் என்ற சொல்லுக்கு பகரமாக

நீங்கள் தோழன் - தோழி, தலைவன் - தலைவி, நாயகன் - நாயகி, கணவன் - மனைவி, Partner, Pair, Mate, சேர்ந்து வாழ்பவர் என்று எதையும் பொருத்திக் கொள்ளலாம்.

வீழும் இருவர்க்கு இனிதே வளியிடை
போழப் படாஅ முயக்கு

எப்போதுமே அளபெடை பயன்படுத்தப்படும் திருக்குறள் உச்ச பட்சக் கவித்துவத்துடன் இருக்கும். வளி என்றால் காற்று. போழப்படா என்றால் புக முடியாத, முயக்கு என்றால் மைதுனம். காமத்தில் வீழ்ந்த இருவருக்கு, வளி இடை போழப் படா முயக்கு இனிதே. காற்றுக்கூட இடை புக முடியாதபடி உடல்களின் நெருக்கம் கொண்ட கலவி இனிது. யாருக்கு அந்தக் கலவி இனிது? காதலில் வீழ்ந்த இருவருக்கு இனியது. காதலில் வீழ்ந்த நாயகி - நாயகன் இருவருக்கும் நுண்ணிய மெலிய தென்றல் காற்றுக்கூட இடையே நுழைய முடியாத அளவிலான இறுக்கமான உடற்சேர்க்கை மிக இனிமையானது. அப்போது அவர்கள் இருவர் அல்ல, ஒருவர். அந்தக் கலவி நிலை இருமையல்ல, ஒருமை.

சொல்வனம்
செப்டம்பர் 2016

3. மும்மை

ஒன்று, இரண்டு, மூன்று என்பதை ஒருமை, இருமை, மும்மை என்பார்கள். நேரடியாகத் திருக்குறளுக்கு போனால்,

> ஒருமையுள் ஆமை போல ஐந்தடக்கல் ஆற்றின்
> எழுமையும் ஏமாப்புடைத்து

என்பது அடக்கமுடைமை அதிகாரத்துக் குறள். ஐந்து உறுப்புகளையும் ஒரே ஓட்டிற்குள் அடக்குகின்ற ஆமை போல், ஐம்பொறிகளையும் அடக்க முடிந்தால், என்றும் அது பாதுகாப்பாகும் என்று பொருள். நீத்தார் பெருமை அதிகாரத்துக் குறள் சொல்கிறது,

> இருமை வகை தெரிந்து ஈண்டு அறம் பூண்டார்
> பெருமை பிறங்கிற்று உலகு

என்று. நன்மையும் தீமையும் போல, எல்லா இடத்தும் நிலவும் இருவகை நிலைகளைத் தெளிவாக உணர்ந்து அறவழி நிற்பவரின் சிறப்பு உலகில் ஒளிவீசும் என்பது பொருள். எனவே இருமை என்றால் இரண்டு என்று பொருள். அந்த வரிசையில் மும்மை என்றால் மூன்று.

கம்பராமாயணத்தில் கிட்கிந்தா காண்டம், வாலி வதைப் படலம். நல் உற்றாரான வாலியும், சுக்ரீவனும் எதிர் நின்று பொருதும் காலை, வாலிக்கு எவ்விதத்திலும் ஆற்றலில் இணையாக மாட்டாத சுக்ரீவனை, வாலி பற்றி, எடுத்துப் பாரிடை எற்றுவென் என்று தம்பியின் கடிதலத்திலும், கழுத்திலும் தனது இரு கரங்களையும் மடுத்து, தலைக்கு மேல் தூக்கிய போது, சரம் ஒன்று வாங்கி, தொடுத்து, நாணோடு தோள்உறுத்து, இராகவன் துரக்கிறான்.

வாலி வியக்கிறான், இச்சுடு சரம், வெங்கணை, கொலை அம்பு, நேமிதான் கொலோ, நீலகண்டன் நெடுஞ்சூலமோ, கிரவுஞ்ச

மலையைத் துளைத்துச் சென்ற முருகனது வேலோ, இந்திரன் வச்சிரப் படையோ, என்று. வெம்மையான இப்பகழி வில்லினால் துரக்கப் பட்டது அன்று. எவனோ நீண்ட தவமுடைய முனிவன் தனது சொல்லினால் தூண்டினானோ என்று அதிசயிக்கிறான். நெஞ்சினில் பலம் கொண்டு துரந்து போகும் வாளியைப் பற்றி நிறுத்தி, அந்த அம்பினில் பொறிக்கப்பட்டிருக்கும் இராமன் எனும் நாமத்தை தெளிவாகக் காண்கிறான்.

கடவுள் வாழ்த்துச் செய்யுள் போல ஒரு அறுசீர் ஆசிரிய விருத்தம் அமைக்கிறார் கம்பர். வாய் விட்டு சொல்லிப் பார்த்தால் செய்யுளின் ஓசை நயம் செழிக்கப் புலப்படும். அந்தச் செய்யுளின் முதற்சொல் மும்மை.

> மும்மை சால் உலகுக்கு எல்லாம்
> மூல மந்திரத்தை, முற்றும்
> தம்மையே தமர்க்கு நல்கும் தனிப்
> பெரும் பதத்தை, தானே
> இம்மையே, எழுமை நோய்க்கும்
> மருந்தினை, 'இராமன்' என்னும்
> செம்மை சேர் நாமம் தன்னை
> கண்களின் தெரியக் கண்டான்

என் தேடல் இவண் 'மும்மை' எனும் சொல் என்றாலும், கம்பனின் ஆளுமை கொண்ட கவிதைகளில் ஒன்று இது.

வானம், பூமி, பாதாளம் எனும் உலகங்கள் மூன்றினுக்கும் மூலமான மந்திரத்தை, தம்மை வழிபடும் அடியார்க்கு முற்றிலும் தம்மையே அளிக்கும் தனிப்பெரும் சொல்லை, தானே தனியாக நின்று இப்பிறப்புக்கும் எழுவகைப் பிறப்புக்குமான நோய்க்கு மருந்து போன்றவனை, இராமன் எனும் செம்மைசேர் நாமம் தன்னைத் தன் கண்களினால் தெளிவாகக் கண்டான், என்பது பாடலின் பொருள். 'மும்மை சால் உலகு' என்பதற்கு, இப்பிறவி, முற்பிறவி, எதிர்வரும் பிறவி என்று மூன்று பிறவிகளுக்கும் இடமான உலகு என்றும் பொருள் கொள்ளலாம்.

கம்பனின் சொல்லாட்சியில் இருந்து 'மும்மை' எனும் சொல்லை இந்தக் கட்டுரையின் தலைப்பாக எடுத்துக் கொள்கிறேன். மும்மை எனில் காலை, பகல், மாலை என்றும் பொருள் கொள்ளலாம். கம்பன் திரு அவதாரப் படலத்தில் 'முழங்கு அழல் மும்மையும்

முடுகி' என்கிறான். 'மும்மையும் முழங்கு அழல் முடுகி' என்று வாசிக்கலாம். ஓசையுடன் ஒலித்து எழுகின்ற, முழங்குகின்ற வேள்வித் தீ மூன்று காலங்களிலும் விரைந்து எழுந்ததாம். மும்மை எனில் மும்மடங்கு என்றும் பொருள். Three Fold எனலாம்.

அயோத்தியா காண்டத்தில் பரதனுக்கு முடிசூட்ட வேண்டி, தசரதனிடம் முன்பு பெற்ற இரண்டு வரங்களைப் பயன்படுத்துகிறாள் கைகேயி. இராமனை அழைத்துச் சொல்கிறாள்.

ஆழி சூழ் உலகம் எல்லாம்
பரதனே ஆள, நீ போய்த்
தாழ் இருஞ் சடைகள் தாங்கி,
தாங்க அரும் தவம் மேற்கொண்டு,
பூழி வெங்கானம் நண்ணி,
புண்ணியத் துறைகள் ஆடி,
ஏழ் இரண்டு ஆண்டின் வா என்று
இயம்பினன் அரசன் என்றாள்

அதைக் கேட்ட, யாரும் செப்புவதற்கு அரிய அருங்குணத்து இராமன் திருமுக அழகு நோக்கினால், எம்மைப் போன்றவற்கும் அதனை இயம்புதற்கு எளிதல்ல என்கிறான் கம்பன். ஏனெனில் கம்பனுக்கு, அந்தக் கணத்து இராமனின் முகம், 'அப்பொழுது அலர்ந்த செந்தாமரையை வென்றது அம்மா!' என்று தோன்றிற்று.

கைகேயிக்கு பதில் சொல்கிறான் இராமன், 'மன்னவன் பணி அன்றாகில், நும்பணி மறுப்பனோ? என் பின்னவன் பெற்ற செல்வம் அடியெனன் பெற்றதன்றோ!' என்று பூரண மகிழ்ச்சியுடன் பதில் சொல்லிவிட்டு, ஈன்ற தாய் கோசலையை காணப் புறப்படுகின்றான்.

கோசலை 'மழைக்குன்றம் அனையான் மௌலி கவித்தனன் வரும்' என்று காத்திருக்கிறாள். ஆனால் இராமன் செல்கிறான் அவள் முன், 'குழைக்கின்ற கவரி இன்றி, கொற்ற வெண் குடையும் இன்றி இழைக்கின்ற விதி முன் செல்ல, தருமம் பின் இரங்கி ஏக'.

கோசலை கேட்கிறாள் 'புனைந்திலன் மௌலி; குஞ்சி மஞ்சனப் புனித நீரால் நனைந்திலன்; என் கொல்?' என்று. மௌலி என்றால் மணிமுடி. குஞ்சி என்றால் தலைமுடி. இராமன் சொல்கிறான், தன்னைப் பெற்ற கோசலையைப் பார்த்து, 'நின் காதல் திருமகன், பங்கம் இல் குணத்து எம்பி, பரதனே துங்க மாமுடி சூடுகின்றான்' என்று. காதல் எனில் அன்பு, பங்கம் இல் எனில் குற்றமற்ற, எம்பி எனில் என் தம்பி,

துங்க எனில் சிறப்பான, பெருமையான, புனிதமான என்று பொருள். அதைக் கேட்ட கோசலை ஆறுதலாக பதில் சொல்கிறாள்:

'முறைமை அன்று என்பது ஒன்று உண்டு; மும்மையின்
நிறை குணத்தவன், நின்னினும் நல்லனால்,
குறைவு இலன்' எனக் கூறினள் நால்வர்க்கும்
மறு இல் அன்பினில்; வேற்றுமை மாற்றினாள்.

இராம இலக்குவ பரத சத்துருக்கனர்களாகிய நால்வர் மீதும் குற்றமும் வேற்றுமையும் இல்லாத அன்புடையவளாகிய கோசலை சொல்கிறாள்: 'மூத்தவன் இருக்க, இளையவன் அரசாளுவது என்பது முறைமை அல்ல. என்றாலும் பரதன் உங்கள் யாவரை விடவும் மூன்று மடங்கு மேம்பட்ட நிறை குணத்தவன். உன்னை விடவும் நல்லவன். குறைவு இல்லாதவன்' என்று. இங்கு மும்மை என்றால் மூன்று மடங்கு என்று பொருள்.

ஒற்றை, இரட்டை, முச்சை என்று ஒரு பிரயோகம் உண்டு நாட்டார் வழக்கில். இந்த மும்மையை முச்சை எனலாம். வேறொர் இடத்தில் கம்பன், 'தெரி மாண் மும்மைத் தமிழ்'என்கிறான். மாண்புடைய மூன்று தமிழ்களான இயல், இசை, நாடகம் என்ற பொருளில். இங்கு சினிமா கவிஞர்கள், சாதாரண நடிகனை, கூலிக்காக, 'மூன்று தமிழ் பிறந்தது உன்னிடம்' என்று புளகம் கொள்கிறார்கள்.

மும்மை எனில் மூன்றாக இருக்கும் தன்மை எனலாம். உம்மை, இம்மை, மறுமை எனும் மூவகை நிலைபேறு அது. இறந்த, நிகழ், எதிர் காலங்கள் என்பர் மும்மையை. சுந்தரர் தேவாரம், திருத்தொண்டர் தொகையின் பாடல்:

மும்மையால் உலகாண்ட மூர்த்திக்கும் அடியேன்,
முருகனுக்கும் உருத்திர பசுபதிக்கும் அடியேன்,
செம்மையே திருநாளைப் போவார்க்கும் அடியேன்,
திருக்குறிப்புத் தொண்டர்தம் அடியார்க்கும் அடியேன்

என்று பேசும் மும்மை இதுவே.

சுந்தர காண்டத்தில் சீதை காற்றின் மைந்தன் அனுமனை வாழ்த்தும் போது,

மும்மையாம் உலகம் தந்த முதல்வற்கும் முதல்வன் தூதாய்
செம்மையால் உயிர் தந்தாய்க்குச் செயல் என்னால் எளியது
உண்டே?

அம்மையாய் அப்பனாய் அத்தனே! அருளின் வாழ்வே!
இம்மையே மறுமை தானும் நல்கினை, இசையோடு என்றாள்

என்று நன்றி கூறி பாராட்டிப் பேசுகிறாள்.

இனிமேல் மும்மை தொடர்பான சில சொற்களைக் காணலாம்.

மும்மடங்கு - மூன்று மடங்கு; கம்பனில், யுத்தகாண்டத்தில், இராவண வதைப் படலத்தின் உச்சமான பாடல் ஒன்று.

வெம்மடங்கல் வெகுண்டனைய சினம் அடங்க,
மனம் அடங்க, வினையம் வீய,
தெவ் மடங்க, பொருதடக்கைச் செயல் அடங்க,
மயல் அடங்க, ஆற்றல் தேய,
தம் அடங்கு முனிவரையும் தலை அடங்கா,
நிலை அடங்கச் சாய்த்த நாளின்
மும்மடங்கு பொலிந்தன, அம்முறை துறந்தான்
உயிர் துறந்த முகங்கள் அம்மா!

இதை விடச் சிறந்த எடுத்துக்காட்டுக்கு நானெங்கே போவேன்!

மும்மடி - மும்மடங்கு. அழகின் குறியாக மகளிர் வயிற்றில் காணப்படும் மூன்று மடிப்பு.

மும்மண்டலம் - சூரிய, சந்திர, அக்கினி மண்டலங்கள். பூமி, அந்தரம், சுவர்க்கம் என மூன்று பகுதிகள்.

மும்மணி - புட்ப ராகம், வைடூரியம், கோமேதகம் என்ற மூவகை இரத்தினங்கள்.

மும்மணிக்காசு - ஆபரண வகை.

மும்மணி மாலை - 96 பிரபந்தங்களில் ஒன்று. அந்தாதித் தொடையில் அமைந்த 30 பாடல்கள். வெண்பா, கலித்துறை, அகவற்பா என மாறி மாறி முறையாகத் தொகுக்கப்படுவது.

மும்மதத்தான்	-	விநாயகன். மூன்று மதங்கள் பொழியும் களிற்றின் வடிவம் உடையவன்.
மும்மதம்	-	மதயானையின் சன்ன மதம், கை மதம், கோச மதம் எனும் மூன்று மதங்கள்.
		'மும்மதக் களிற்றின் மருப்பு' என்பது தேவாரம். மருப்பு எனில் தந்தங்கள். 'கிரி நிகர்களிற்றின் மும்மத மழை விழும்' என்பார் கம்பர். மலை போன்ற ஆண் யானையின் மும்மதநீர் மழை போல் பொழியும் என்பது பொருள்.
மும்மதில்	-	முப்புரம். திரிபுரம்.
மும்மலம்	-	ஆணவம், கன்மம், மாயை எனும் மலங்கள்.
மும்மறை	-	இருக்கு, யசுர், சாமம் எனும் வேதங்கள். நான்மறை என்னும்போது அதர்வணமும் சேரும்.
மும்மாரி	-	ஒரு மாதத்தில் பெய்யும் மூன்று மழைகள்.
மும்மீன்	-	மீன் எனில் நட்சத்திரம். மும்மீன் என்பது மிருகசீரிடம் எனும் நட்சத்திரம்.
மும்முரசு	-	வீரமுரசு, நியாய முரசு, மண முரசு.
மும்முறை	-	மூன்று தரம், மூன்று முறை.
மும் மூடம்	-	மூவகை அறிவீனங்கள். உலோக மூடம், தேவதா மூடம், பாஷாண்ட மூடம் என்பன.
மும்மூடர்	-	முழு மூடர்.
மும் மூர்த்தி	-	திரிமூர்த்தி. சிவன், திருமால், பிரம்மன். மும்மூர்த்திகளே ஆயினும், 'அமைச்சர் சொல்வழி ஆற்றுதல் ஆற்றலே' என்பார் கம்பர். 'மும்மூர்த்திகள் தொழிலைத் தான் ஒருவனே செய்ய வல்லான்' என்பதும் கம்பரே!
மும்மூர்த்தி வந்தனம்	-	திரி கடுகம். தோடி ராகத்தில் அமைந்த ராகம், தாளம், பல்லவி.

நாஞ்சில்நாடன்

மும்மூன்று	-	ஒன்பது.
மும்மைத் தீ	-	முத்தீ. 'செந்தீ மூன்றும்' என்பார் திருமங்கை ஆழ்வார்.
மும்மைத் தூரியம்	-	மும்முரசு.
மும்மைத் தமிழ்	-	முத்தமிழ். எழுத்து, சொல், பொருள் என்னும் மூன்று பகுதிப்பட்ட தமிழ் இலக்கணம்.
மும்மரம்	-	கடுமை, விரைவு, கவனம்.
மும்மா	-	ஒரு பின்னம்.
மும்மாங்காய்	-	Rare case of Pregnancy, believed to extend to three years.
மும்மா முக்காணி	-	ஒரு பின்னம்.
மும் முந்திரி	-	ஒரு பின்னம்.
மும்முக்காணி	-	மும்மா முக்காணி, ஒரு பின்னம்.
மும்முட்டி	-	சிற்றாமுட்டி, பேராமுட்டி, நாகமுட்டி எனும் செடிகள்.
மும்முடிச் சோழன்	-	முதலாம் இராசராசன்.
மும்மையணு	-	Mole in a sunbeam.
மும்மொழி	-	பழி கூறல், புகழ் கூறல், மெய் கூறல் எனப் பட்ட மூன்று வகைப்பட்ட மொழி.
முக்கட் செல்வன்	-	முக்கண் பகவன். பாண்டியன் பல்யாகசாலை முதுகுடுமிப் பெருவழுதியைப் பாடும் காரிக்கிழார், 'முக்கண் செல்வர் நகர்வலம் செயற்கே' என்கிறார்.

அகநானூற்றின் பரணர் பாடல், 'நான்மறை முது நூல் முக்கண் செல்வன்' என்கிறது. நான்மறைகளாகிய முது நூல்கள் உணர்ந்த மூன்று கண்களை உடைய தெய்வம் என்று பொருள். முக்கண்ணன் என்ற சொல்லைக் கலித்தொகை ஆள்கிறது.

மூன்றங்கு இலங்கு நயனத்தன மூவாத
வான் தங்கு தேவர்களும் காணா மலரடிகள்.

என்று திருவாசகம் பேசுகிறது. நயனம் எனில் கண். அனுமன் நகர் தேடு படலத்தில், இந்திரசித்தனைப் பார்த்து, 'முக்கண் நோக்கினன்' என்கிறான். அக்க குமாரன் அனுமனுடன் போருக்கு எழும்போது, தந்தையாகிய இராவணனிடம் விடைபெறும் காட்சியின் பாடல் ஒன்று.

முக்கணான் ஊர்தி அன்றேல், மூன்று உலகு அடியின் தாயோன்
ஒக்க ஊர் பறவை அன்றேல், அவன் துயில் உரகம் அன்றேல்
திக்கயம் அல்லதேல், புன் குரங்கின் மேல் சேறி போலாம்!
இக்கடன் அடியேற்கு ஈதி; இருத்தி ஈண்டு இனிதின்; எந்தாய்!'

அக்க குமாரன் இராவணனிடம் கூறும் பாடலின் பொருள்: 'எந்தாய்! நீ போருக்குச் சென்று பொருதும் அளவுக்கு அவன் யார்? முக்கண் சிவனின் இடப வாகனம் அல்ல. மூவுலகினையும் தனது ஈரடிகளால் தாவியளந்தவனாகிய திருமாலின் ஊர்தியான கருடப் பறவை அல்ல. அந்தத் திருமால் பள்ளி கொள்ளும் ஆதிசேடன் அல்ல. பூமியின் எட்டுத் திக்குகளிலும் நின்று பூமியைத் தாங்கும் அட்ட திக்கயங்களான ஐராவதம், புண்டரீகம், வாமனம், குமுதம், அஞ்சனம், புட்பதந்தம், சார்வ பௌமம், சுப்ரதீபம் ஆகியவற்றுள் ஒன்றல்ல. அற்பக் குரங்கொன்று நம் எதிரே நிற்கிறது. அதனுடன் நீ போரிடப் புகுவது உனக்கு அழகா? அந்தக் கடமையை எனக்குத் தந்து நீ கவலையின்றி இருப்பாயாக'.

முக்கண்ணன் பற்றி மேலும் சில சொற்கள் பார்க்கலாம்.

முக்கண்ணன் - சிவன், விநாயகன், வீரபத்திரன்.

முக்கண்ணான் - 'முக்கண்ணான் மூ எயிலும் உடன்றக்கால்' என்பது கலித்தொகை. முக்கண்ணனாகிய சிவன் அசுரர்களின் மூன்று மாயக் கோட்டைகளை எரித்தவர் என்பது பொருள். 'பிறை நுதல் முக்கண்ணான் உருவே போல் முரண் மிகு குராலும்' என்பதும் கலித்தொகை. பிறைநுதலும் முக்கண்ணும் உடைய சிவனது நிறம் போன்ற குரால் நிறக் கானகன் என்று பொருள். குரால் என்பதற்கு dim, tawny colour என்று பொருள் தருகிறது தமிழ் லெக்ஸிகன். மங்கிய, பழுப்பு மஞ்சள் நிறம். புகர் நிறம் என்கிறது திவாகர நிகண்டு.

முக்கணன்	-	முக்கண்ணன்.
முக்கணி	-	முக்கண்ணி, துர்க்கை.
முக்கண்ணப்பன்	-	முக்கண்ணன்.
முக்கட்டு	-	முச்சந்தி. இக்கட்டான நிலை, விரல்களின் பொருத்து.
முக்கட்டெண்ணெய்	-	முக்கூட்டு எண்ணெய்.
முக்கட்பகவன்	-	மூன்று கண்களை உடைய கடவுள். கபிலரின் 'இன்னா நாற்பது' என்னும் பதினெண்கீழ்க் கணக்கு நூலில் கடவுள் வாழ்த்துச் செய்யுள், 'முக்கட் பகவன் அடி தொழாதார்க்கு இன்னா' என்கிறது.
முக்கடுகம்	-	திரிகடுகம்.
முக்கடுகு	-	திரிகடுகம்.
முக்கண்டகம்	-	நெருஞ்சி.
முக்கப்பு	-	சூலாயுதம்.
முக்கரணம்	-	திரிகரணம்.
முக்கரம்	-	மூன்று முனைகளுடைய சூலம்.
முக்கருணை	-	கருணைக்கிழங்கின் மூன்று வகைகள். காறு கருணை, காறாக் கருணை, புளிக்கருணை.
முக்கனி	-	மா, பலா, வாழை எனும் மூவகைப் பழங்கள். கம்பராமாயணத்தின் நாட்டுப் படலம், 'முந்து முக்கனி' என்று கனிகளில் முதன்மையாக எண்ணப்படுகிற மா, பலா, வாழை பேசுகிறது.
முக்காதலர்	-	கணவன், தோழன், மகன் என்று மூன்று நட்பாளர்கள்.
முக்கால்	-	மூன்று கால், மும்முறை, மூன்றாவது முறை. ஒருவகைச் சந்தம்
முக்கால் வட்டம்	-	கோயில்.

முக்காலம் - இறந்த காலம், நிகழ் காலம், எதிர் காலம். வானரத் தானை காண் படலத்தில், கரடி களுக்குத் தலைவனாகி நின்ற சாம்பனைப் பற்றிக் கூறும்போது, கம்பன், 'முக்காலமும் மொய்ம் மதியால் முறையின் உணர்வான்' என்கிறார். இறப்பு, நிகழ்வு, எதிர்வு என்ற மூன்று காலங்களையும் நிறைந்த அறிவால் முறையே அறிந்து சொல்ல வல்லவன் சாம்பன் என்று பொருள்.

முக்காலம் அறிந்தவன் - திரிகால ஞானி.

முக்காலி - மூன்று கால்களை உடைய பீடம். இந்தியில் தீன்பாய் என்பர். பாய் என்றால் கால். தீன்பாய் மருவி தீப்பாய் ஆகி அதுவே டீப்பாய் ஆயிற்று. கால் என்று பொருள் தரும் பாய் என்னும் சொல்லில் பிறந்ததுவே பாயா. அக்கினி என்று பொருள் உண்டு.

முக்காழ் - மூன்று கொத்து முத்து வடம்.

முக்காழி - மூன்று கொட்டையுள்ள பனம்பழம்.

முக்குடுமி - மூன்று முடிச்சுள்ள குடுமி. சூலம்.

முக்குடை - மூன்று அடுக்குள்ள குடை. அருகக்கடவுளுக்கு உரியது.

முக்குடைச் செல்வன் - அருகக் கடவுள், முக்குடையான், முக்குடையோன்.

முக்குணம் - திரி குணம்.

முக்குலம் - மூன்று அரச குலம்.

முக்குழிச் சட்டி - மூன்று குழிகள் கொண்ட பணியாரச் சட்டி.

முக்குளம் - மூன்று நதிகள் கூடுமிடம். திரிவேணி சங்கமம். கங்கை, யமுனை, சரசுவதி போல.

முக்குற்றம் - காமம், வெகுளி, மயக்கம் எனும் மூவகைக் குற்றங்கள்.

முக்கூட்டரத்தம் - வெற்றிலை, பாக்கு, சுண்ணாம்பு மென்றசாறு.

முக்கூட்டு - மூன்று சரக்குகளைக் கொண்ட மருந்து.

முக்கூட்டு நெய் - முக்கூட்டு எண்ணெய். முக்கூட்டுத் தைலம்.

முக்கூட்டெண்ணெய் - பசுநெய், ஆமணக்கெண்ணெய், நல்லெண்ணெய் மூன்றும் சேர்ந்த மருந்து எண்ணெய்.

முக்கூடல் - மூன்று நதிகள் கூடும் புண்ணியத் துறை. திருநெல்வேலி மாவட்டத்தில் சித்திரா நதி, உப்போடை, தாமிரபரணியுடன் கூடும் இடத்திலுள்ள திருமால் தலம்.

முக்கூடற்பள்ளு - 17 ஆம் நூற்றாண்டில், என்னயினாப் புலவரால், முக்கூடல் அழகர் மேல் இயற்றப் பெற்ற பள்ளு இலக்கியம்.

முக்கை - மூன்று கை.

முக்கைப் புனல் - உள்ளங்கையில் நீரேந்தி மூன்று முறை பிதிர்களுக்குச் செய்யும் கடன்.

முக்கோட்டை - வழிபட்டோர்க்குக் கவித்துவம் அருளும் துர்க்கை கோயில்.

முக்கோடி ஏகாதசி - மார்கழி மாதம் சுக்ல பட்சத்து ஏகாதசி.

முக்கோண் - முக்கோணம், திரிகோணம். Triangle.

முக்கோணம் - Triangle. நரகங்களில் ஒன்று.

முக்கோல் - திரிதண்டம். 'நூலே கரகம் முக்கோல் மணையே' என்பது தொல்காப்பியத்துப் பொருட்பால் கூறும் அந்தணர்க்குரிய அடையாளங்கள். பூணூல், கலயம், முக்கோல், மணை என்பன.

எறித் தரு கதிர் தாங்கி ஏந்திய குடை நீழல்,
உறித் தாழ்ந்த கரகமும், உரை சான்ற
முக்கோலும்

என்பது கலித்தொகை. எரிக்கும் வெய்யில் தாங்கக் குடை பிடித்து, முக்கோலும்,

கெண்டியும் தோளில் அசைய நடப்பவர்கள் அந்தணர்கள் என்பது பொருள். முத்தண்டம் என்றால் முக்கோல். ஏக தண்டம் என்றால் ஒற்றைக் கோல்.

முக்கோல் பகவன் - முக்கோல் தாங்கிய சந்நியாசிகள்.

முச்சக்கரம் - முப்புவனம், திரிபுவனம், புவனம் மூன்றும். பத்துப் பாட்டு நூல்களில் ஒன்றான பொருநராற்றுப்படை; சோழன் கரிகாலனை, முடத்தாமக் கண்ணியார் பாடியது.

முச்சக்கரமும் அளப்பதற்கு நீட்டிய கால்
இச்சக்கரமே அளந்ததால் - செய்ச் செய்
அரிகால் மேல் தேன் தொடுக்கும் ஆய்புனல்
நீர் நாடன்
கரிகாலன் கால் நெருப்பு உற்று.

என்று பதிவு செய்கிறது. மூன்று உலகங் களையும் அளப்பதற்கு நீட்டிய கரிகாலனது கால் இந்த நில உலகை மட்டுமே அளந்தது. வயல்கள் தோறும் அறுக்கப்பட்ட அரிகள் மேல் வண்டுகள் தேன் கொணர்ந்து தொடுக்கும் நீர்வளம் உடைய கரிகாலன் கால் சிறுவயதில் நெருப்பு உற்றது என்பது பொருள்.

முச்சகம் - முப்புவனம். மூன்று உலகம்.

இச்சகத்துளாரெலாம் எதிர்த்து நின்ற போதிலும்
அச்சமில்லை அச்சமில்லை அச்சமென்ப
தில்லையே!

என்கிறார் பாரதி. இச்சகம் எனில் இங்கு இந்த உலகம். நன்னூல் சொல்லதிகாரம் கடவுள் வணக்கப் பாடலோ,

முச்சகம் நிழற்றும் முழுமதி முக்குடை
அச்சுதன் அடி தொழுது அறைகுவன்
சொல்லே!

என்கிறது. மூன்று உலகங்களுக்கும் நிழல் தரும் முழு மதி போன்ற மூன்று குடையை

		உடைய அழிவில்லாத கடவுளின் திருவடி தொழுது சொல்லதிகாரத்தின் இலக்கணம் கூறுவேன் என்கிறார் பவணந்தி முனிவர்.
முச்சங்கம்	-	முதற் சங்கம், இடைச் சங்கம், கடைச் சங்கம் என்ற மூன்று தமிழ்ச் சங்கங்கள்.
முச்சட்டை	-	Elegance, Beauty, Neatness. பொலிவு, அழகு, சுத்தம்.
முச்சடை	-	திரிசடை. வீடணன் மகள். அசோக வனத்து சீதைக்குத் துணை இருந்தவள். கம்பன் திரிசடையை முச்சடை என்பான்.
முச்சத்தி	-	அரசர்க்கு உரிய மூன்று ஆற்றல்கள். பிரபு சக்தி, மந்திர சக்தி, உற்சாக சக்தி. இன்றைய ஆள்வோர்க்கு உரிய முச்சந்திகள் கயமை சக்தி, துரோக சக்தி, ஊழல் சக்தி என்பன.
முச்சதுரம்	-	முக்கோணம்.
முச்சந்தி	-	மூன்று சாலைகள் கூடுமிடம்.
முச்சந்தி மூப்பன்	-	முச்சந்தியில் நிற்கும் நாட்டார் தெய்வம். சதுக்க பூதம் நினைவுக்கு வருகிறது.
முச்சலீலிகை	-	உமிழ் நீர், சிறு நீர், நாத நீர் எனும் மூவகை நீர்.
முச்சாரிகை	-	Parade of horses, chariots and elephants. குதிரை, தேர், யானை இவை சேர்ந்து சாரி போதல்.
முச்சிரம்	-	சூலம்.
முச்சுடர்	-	சூரியன், சந்திரன், அக்கினி ஆகிய மூன்று சோதிகள்.
முச்சொல் அலங்காரம்	-	ஒரு தொடர், மூன்று வகையாகப் பிரிக்கப் பட்டு, மூன்று விதமான பொருள் தரும் சொல்லணி.
முந்நீர்	-	கடல் நீர். ஆக்கல், அளித்தல், காத்தல் தன்மையுடைய முந்நீர்க் கடல். அனுமனின்

கடல் தாவு படலத்தில், கம்பன், 'முந்நீர் தாவி' என்கிறான். 'முதல் அந்தணன், ஆதி நாள், அம் முந்நீரில் மூழ்கி, தவம் முற்றி, முளைத்தவா போல்' என்கிறான். முதல் அந்தணனாகிய பிரம்மன், முந்தை நாள், தன்னைப் படைத்தவனைத் தேடி, கடலில் மூழ்கித் தவம் செய்து, வெளிப்பட்டதைப் போல என்பது பொருள். 'முது முந்நீர்' என்பார் திருமங்கை ஆழ்வார் திருக்கண்ணபுரம் பாடும்போது. முந்நீர் எனில் ஆற்று நீர், ஊற்று நீர், மழைநீர் என்பார்.

முந்நூல் - பூணூல்.

முந்நூறு - மூன்று நூறு. வேள் பாரியைப் பாடும் கபிலன்,

முந்நூறு ஊர்த்தே தன் பறம்பு நல் நாடு
முந்நூறு ஊரும் பரிசிலர் பெற்றனர்!

என்கிறார். பாரியின் அழகிய பறம்பு நாடு, முந்நூறு ஊர்களைக் கொண்டது. அந்த முந்நூறு ஊர்களையும் பரிசிலர் வேண்டி வந்து பெற்றனர் என்பது பொருள்.

முந்தூழ் - முந்தும் பழைய ஊழ்வினை.

முந்நாடி - மூன்று நாடிகள்.

முப்பகை - ஆன்மாவைக் கெடுக்கும் முப்பகைகள். காமம், வெகுளி, மயக்கம். கம்பனின் பால காண்டத்தில் கார் முகப் படலம். விசுவாமித்திரர் முகக்குறிப்பு அறிந்த இராமன், சனகனின் சிவ தனுசு நோக்கி எழுந்த காட்சி. கம்பன் உவமை நயம் தேக்கியது.

பொழிந்த நெய் ஆகுதி வாய் வழி பொங்கி
எழுந்த கொழுங்கனல் என்ன எழுந்தான்;
அழிந்தது வில் என விண்ணவர் ஆர்த்தார்,
பொழிந்தனர் ஆசிகள், முப்பகை வென்றார்!

வேள்வியில் ஒரு சேரச் சொரிந்த நெய் வீழ்ந்த இடத்தில் இருந்து பொங்கி மேலெழுந்து நன்றாக எரியும் நெருப்புப் போல இராமன் எழுந்தான். சனகனின் சிவதனுசு வைத்துள்ள இடம் நோக்கிச் செல்லலானான். வில் முறியப் போவது உறுதி என்றெண்ணிய விண்ணவர் ஆர்த்தனர், ஆசிகள் பொழிந்தனர் முப்பகை வென்ற முனிவர்கள் என்பது பொருள்.

ஆன்மாவுக்கான முப்பகைகள் இவை எனில், இன்று மக்களுக்கான புறப்பகைகள் என்று எவற்றைச் சொல்வோம்? அரசியல்வாதிகள், தரகர்கள், அதிகாரிகள்?

முந்நூல்	-	முப்புரி நூல். பூணூல். அரிச்சந்திரன் தந்தை யாகிய திரிசங்கு, வசிட்டனிடம் சாபம் பெற்றபின், அவன் தோற்றத்தைக் கூறும் கம்பன் (மிதிலைக் காட்சிப் படலம்) முந்நூல் பற்றிப் பேசுகிறான்.
முப்பந்தி மண்டபம்	-	மூன்று பந்திகளாகத் தூணுள்ள மண்டபம்.
முப்பத்திரண்டு அறம்	-	32 வகை தான தர்மங்கள். Thirty two kinds of Charity. சற்றுப் பொறுத்துக் கொண்டால் முழுப்பட்டியல்.

1. ஆதுலர் சாலை (வறியவர்க்கு உண்டியும் உறைவிடமும் வழங்கும் சாலை).
2. ஓதுவார்க்கு உணவு.
3. அறு சமயத்தார்க்கு உணவு.
4. பசுவுக்கு வாயுறை ('யாவர்க்குமாம் பசுவுக்கோர் வாயுறை' - திருமந்திரம்).
5. சிறைச் சோறு.
6. ஐயம் ('ஐயம் இட்டு உண்' – ஆத்தி சூடி).
7. நடைத்தின்பண்டம். வழிநடப்போர்க்கு வழங்கும் சிற்றுண்டி.
8. மகச் சோறு (கைப்பிள்ளைச் சோறு)

9. மகப் பெறுவித்தல் (பிள்ளைப் பேறு பார்த்தல்)
10. மக வளர்த்தல் (பிள்ளை வளர்த்தல்)
11. மகப்பால் (கைப்பிள்ளைக்குப் பசும்பால்)
12. அறவை பிணம் சுடுதல் (அறவை-அனாதை)
13. அழிந்தோரை நிறுத்தல்.
14. வண்ணார்.
15. நாவிதர்.
16. வதுவை.
17. பூணூல்.
18. நோய் மருந்து.
19. கண்ணாடி.
20. நாளோலை.
21. கண் மருந்து.
22. தலைக்கு எண்ணெய்.
23. பெண் போகம்.
24. அட்டூண்.
25. பிறர் அறங்காத்தல்.
26. தண்ணீர் பந்தல்.
27. மடம் (கட்டுவது)
28. தடம் (வழி அமைத்துத் தருவது)
29. கா.
30. ஆவுறிஞ்சு நடு தறி.
31. ஏறு விடுத்தல் (பிறர் பசு சினையாகத் தனது காளையைச் சேர விடுவது)
32. விலை உயிர் கொடுத்துக் கொலை உயிர் காத்தல்.

முப்பத்து முக்கோடி தேவர்	-	33 கோடி தேவர்கள். முப்பத்து மூவர்.
முப்பத்து முத்தேவர்	-	முப்பத்து மூவர்.
முப்பத்து மூவர்	-	The 33 Celestials in four groups.

அஷ்ட வசுக்கள் - 8
ஏகாதச ருத்திரர் - 11
துவாதச ஆதித்தர் - 12
அசுவினி தேவர் - 2

ஆண்டாள் திருப்பாவையின் இருபதாம் பாடல்,

முப்பத்து மூவர் அமரர்க்கு முன் சென்று கப்பம் தவிர்க்கும் கலியே

என்கிறது.

மூவரும் முப்பத்து மூவரும் மற்றொழிந்த தேவரும் காணாச் சிவபெருமான்

என்கிறது திருவாசகம்.

மும்மதம்	-	தத்துவ மசி எனும் சொற்றொடர். தத்+துவம்+மசி.
		மதம் எனில் ஆணவம் அல்லது திமிர் என்றொரு பொருள் உண்டு எங்களூரில். பணத் திமிர், அதிகாரத் திமிர், சாதித் திமிர் எனலாம் மும்மதத்தை.
முப்பது	-	மூன்று பத்து. 'பட்டர் பிரான் கோதை சொன்ன சங்கத் தமிழ் மாலை முப்பதும் தப்பாமே' என்கிறாள் ஆண்டாள், திருப்பாவை முப்பாதாவது பாசுரத்தில். முப்பது என்பதை, 'முப்பஃது' என்பர். 'எழுத்து எனப்படுவ அகரம் முதல் னகரம் இறுவாய் முப்பஃது என்ப' என்பது தொல்காப்பிய நூற்பா.

முப்பது நோன்பு	-	ரம்சான் நோன்பு.
முப்பலம்	-	திரிபலம்.
முப்பலை	-	திரிபலை.
முப்பழம்	-	முக்கனி, திரிபலை.
முப்பால்	-	1. அறம், பொருள், இன்பம் என்று மூன்று பகுப்புகள். 'அறம்பொருள்இன்பம்என்று அம்மூன்றின்' என்கிறது கலித்தொகை.
		2. திருக்குறள்.
		3. ஆண்பால், பெண்பால், அலிப்பால்.
		4. காய்ச்சுப்பால், திரட்டுப்பால், குழம்புப் பால்.
		5. தாய்ப்பால், பசுவின்பால், ஆட்டுப்பால்.
முப்பாலர்	-	முப்பாலகர். பால் குடிக்கும், பாலும் அன்னமும் உண்ணும், அன்னம் மாத்திரமே உண்ணும் பாலகர்.
முப்பாழ்	-	நிலத்திற்கு உண்டாகும் மூன்று வகைக் கேடுகள். வெயில் பாழ், வெள்ளப் பாழ், குடிப் பாழ்.
முப்பாற் புள்ளி	-	ஆய்த எழுத்து. 'ஆய்தம் என்ற முப்பால் புள்ளியும் எழுத்து ஓர் அன்ன' என்பது தொல்காப்பியம்.
முப்பரம் பொருள்	-	அயன், அரி, அரன் ஆகிய மும்மூர்த்திகள். 'முப்பரம் பொருளுக்கும் முதலை' என்பார் கம்பர்.
முப்பான்	-	முப்பது.
முப்பிணி	-	முத்தோஷம், திரி தோஷம். வாதம், பித்தம், சிலேட்டுமம்.
முத்தலை அயில்	-	மும்முனைகளுடைய சூலம்.
முத்தலை எஃகன்	-	எஃகினால் ஆன முச்சூலம் தரித்த சிவன்.
முத்தலை எஃகு	-	முச்சூலம், திரிசூலம்.

முத்தலை எஃகினான்	-	மூன்று தலைகளை உடைய சூலம் தரித்தவன்.
முத்தலைக் கழு	-	முச்சூலம்.
முத்தலைக் குரிசில்	-	அரன்.
முத்தொழில்	-	படைப்பு, காப்பு, அழிப்பு என்று கடவுளின் மூவகைத் தொழில்.
முத்தீ	-	முத்தீ பற்றிப் பரிபாடலும் புற நானூறும் பேசுகிறது. 'காருக பத்தியம், ஆகவனீயம், தட்சிணாக்கினி எனும் மூவகை வேதாக்கினி.' 'இரு பிறப்பாளர் முத்தீப் புரைய' என்கிறது புறநானூறு. உதரத் தீ, காமத் தீ, சினத் தீ எனும் மூவகை அக்கினி. Fire used in preparing medicines of three kinds or degrees.
முத்தீ மரபினர்	-	வேதாக்கினி மூன்றையும் பேணும் குலத்தவர். பார்ப்பார்.
முத்தொழில்	-	உழவு, வணிகம், ஆநிரை காத்தல் எனும் மூன்று தொழில்களை உடையவர்.
முத்தொழில் பகவன்	-	கடவுள்.
முத்தொள்ளாயிரம்	-	சேர, பாண்டிய, சோழ மன்னர்கள் மீது, தலைக்கு 900 பாடல்கள் வீதம் பாடப் பெற்ற 2700 வெண்பாக்கள் கொண்ட சங்க இலக்கிய நூல். தமிழனுக்கு இத்தனை போதும் என்பதால் இன்று 108 பாடல்களே கிடைத்துள்ளன.
முப்பருவத்து மங்கையர்	-	பருவம் நிரம்பாதவர், பருவ மங்கையர், பருவம் முதிர்ந்தவர்.
முப்புடி	-	திரிபுடி, முக்குணம்.
முப்புடைக் காய்	-	முப்புடைக் கனி. தேங்காய். பத்துப் பாட்டு நூல்களில் ஒன்றான, கடியலூர் உருத்திரங் கண்ணனார் இயற்றிய பெரும்பாணாற்றுப் படை,

> பகற் பெயல் மழை வீழ்ந்தன்ன மாத்தாட்
> கமுகின்
> புடை சூழ் தெங்கின் முப்புடைத் திரள் காய்.

என்கிறது. பல்கலைக் கழகங்களின் தமிழ் துறைத் தலைவர்கள் ஏற்றுக் கொண்டாலும், ஏற்றுக்கொள்ளாவிட்டாலும் தெங்கு என்பது தென்னை. தெங்கின் முப்புடைத் திரள்காய் எனில் தேங்காய்.

முப்புரம்	-	திரிபுரம். மண், விண், பாதலம். கம்பனின் மிகைப் பாடல் ஒன்று 'முப்புரம் எரித்தோன்' என்கிறது சிவனை. இராவணன் முதல் போர் புரி படலம் முடிந்த பின்னர், கும்பகருணன் வதைப் படலத்தில் அற்புதமான சில பாடல்கள் உண்டு. இராமனின் வில்லாற்றலை வியக்கும் பாடல்கள்.

> 'காகுத்தன் பகழி மேருவைப் பிளக்கும்.
> விண்கடந்து ஏகும். பாரினை உருவும்.
> கடல்களைப் பருகும். இந்திரன் குலிச
> வேலும், ஈசன் கை இலை மூன்று என்னும்
> மந்திர அயிலும், மாயோன் வளை எஃகின்
> வரவும் கண்டேன்' என்கிறான் கும்பன்.

> முப்புரம் ஒருங்கச் சுட்ட மூரி
> வெஞ்சிலையும், வீரன்
> அற்புத வில்லுக்கு, ஐய! அம்பு
> எனக்கொளலும் ஆகா!

		என்கிறான். முப்புரங்களையும் ஒருங்கே அழித்த வலிய வெம்மையான சிவபிரானது வில்லானது, இராமனின் அற்புத வில்லுக்கு ஒப்பாகச் சொல்லலாகாது என்பது பொருள்.
முப்புரம் எரித்தான்	-	சிவ பெருமான். சிவனார் வேம்பு. ஆடு தீண்டாப் பாளை.
முப்புரி	-	மூன்று நூல் சேர்த்துத் திரித்த நூல், முப்புரி நூல். பூணூல், முந்நூல், முப்புரம்.
முப்புரி நூலோர்	-	பார்ப்பார்.

நாஞ்சில்நாடன் 75

முப்புவனம்	-	சுவர்க்கம், பூமி, பாதாளம், ஆகிய மூன்று உலகங்கள்.
முப்புள்ளி	-	ஆய்த எழுத்து.
முப்பூரம்	-	பூரம், பூராடம், பூரட்டாதி ஆகிய நட்சத்திரங்கள்.
முப்பொருள்	-	திரி மூர்த்தி. பதி, பசு, பாசம் என்னும் மூன்று முதற் பொருள்கள்.
முப்பொழுது	-	காலை, உச்சி, மாலை எனும் மூன்று பொழுதுகள். முப்போது.
முப்பொழுதும் திருமேனி தீண்டுவார்	-	ஆதி சைவர். தருமியின் குலத்தவர்.
முப்பொறி	-	திரிகரணம்.
மூ	-	ஓர் எழுத்துச் சொல். மூன்று என்று பொருள்.
மூவர்	-	மும்மூர்த்திகள், திரி மூர்த்திகள். திருஞான சம்பந்தர் பாடுகிறார்.

'மூவருமாகி, இருவருமாகி, முதல்வனுமாய் நின்ற மூர்த்தி' என்று.

மூவன் காண் மூவர்க்கும் முதலானான் காண்
முன்னுமாய்ப் பின்னுமாய் முடிவானான்
காண்
காவன் காண் உலகுக்கோர் கண்ணானான்
காண்
கங்காளன் காண், கயிலை மலையினான்
காண்

என்கிறார் அப்பர். திருத்தண்டகத்தில் அவர் மேலும் பாடுவது,

மூவாதி யாவர்க்கும் மூத்தான் தன்னை,
முடியாதே
முதல் நடுவு முடிவானானைத்
தேவாதி தேவர்கட்கும் தேவன் தன்னைத்
திசை முகன் தன் சிரம் ஒன்று சிதைத்தான்
தன்னை
என்று.

மூவுலகம்	-	மூவுலகு. திரிலோகம்.
மூவுருவிலி ராமன்	-	பரசுராமன், தசரதராமன், பலராமன்.
மூவரில் முதல்வன்	-	சிவன். திருமால், பிரம்மன் ஆகியோரில் ஒருவன், சந்தர்ப்பத்துக்கு ஏற்றாற்போல. மூவர்க்கும் தலைவர் என்பதும் அஃதே.
மூன்று	-	மூன்றாவதான எண். 'ஞாலம் மூன்று அடித்தாய் முதல்வீற்கு' என்பது கலித்தொகை. மூன்று உலகங்களையும் தனது திருவடியால் அளந்த முதல்வனுக்கு என்பது பொருள். திருக்கோடிக் குழகரை, சுந்தரமூர்த்தி நாயனார், 'மூன்றான் கடல் நஞ்சும் உண்ட அதனாலே' என்கிறார். சிவபெருமான் திருவந்தாதி என்பது பதினோராம் திருமுறையில் 41 நூல்களில் ஒன்று. பரண தேவ நாயனார் இயற்றியது. **மூன்று அரணம் எய்தானே, மூலத் தனிச் சுடரே,** **மூன்று அரணமாய் நின்ற முக்கணனே –** **மூன்றரணமாய் நின்ற சோதி** என்று பாடுகிறது. கண் மூன்று, உலகம் மூன்று, குணங்கள் மூன்று, செய்கை மூன்று, கரணம் மூன்று, நாடு மூன்று, புவனம் மூன்று என்று சொல்லிக் கொண்டே போகலாம்.
மூன்று உலோகம்	-	பொன், வெள்ளி, செம்பு.
மூன்று ஆசை	-	மூவாசை. மண்ணாசை, பொன்னாசை, பெண்ணாசை.
மூவினம்	-	பசு, எருமை, ஆடு எனும் கால்நடைகள். வல்லினம், மெல்லினம், இடையினம், எனும் மெய் எழுத்துக்கள்.
மூன்று எயில்	-	மூன்று கோட்டைகள், முப்புரம்.
மூன்று அயில்	-	முச்சூலம்.
மூவிசை	-	மந்தம், மத்திமம், உச்சம் எனும் மூன்றான சுர வகை.

மூன்று அனல்	-	முத்தீ.
மூன்றெழுத்து	-	அ, உ, ம எனும் மூன்று எழுத்துகளால் ஆன 'ஓம்'
முந்நீர் ஞாலம்	-	கடல் நீரால் சூழப்பட்ட உலகம்.
மூன்றாம் கட்டு	-	வீட்டின் மூன்றாம் கட்டிடப் பகுதி.
மூன்றாம் கால்	-	மூன்றாம் ஆண் குழந்தை. திருமணத்துக்கு மூன்று நாட்கள் முன்பு நடப்படும் பந்தற்கால்.
மூன்றாம் திருவந்தாதி	-	பேயாழ்வார் பாடிய அந்தாதி.
மூன்று தண்டர்	-	திரி தண்ட சந்நியாசிகள்.
மூன்று நூல்	-	முப்புரி நூல்.
மூன்று மா	-	ஒரு பின்னம், இருபதில் மூன்று பங்கு.
மூன்று வீசம்	-	பதினாறில் மூன்று பங்கு.
மூவரும்	-	மும்மூர்த்திகளும். 'மூவர்க்கு ஆயினும் காலவரை கடத்தல் அரிது'
மூவர்	-	1. கண்ணுதலான், கரியமால், தாமரை மேல் உறைவான்.
		2. எஃகம் கொண்டான், நேமி கொண்டான், வாணி கொண்டான்.
		3. உமை நாதன், புள் ஊர்தியான், நாட்டம் எட்டு உடையான்.
மூவிலை ஒரு படை	-	முச்சூலம்.
மூவிலை வேல்	-	முச்சூலம்.
மூவினை	-	படைப்பு, காப்பு, அழிப்பு என்ற கடவுளின் செயல்கள்.
திரி கடுகம்	-	சுக்கு, மிளகு, திப்பிலி எனும் மருந்துப் பொருள்கள். பதினெண் கீழ்க் கணக்கு நூல்களில் ஒன்று. நல்லாதனார் இயற்றியது, 100 பாடல்கள்.
திரி கண்	-	மூங்கில்.

திரி கந்தம்	-	மூவகை வாசனைப் பண்டங்கள். கிராம்பு, சந்தனம், அகில், நாவற்பூ, சண்பகப் பூ, செஞ்சந்தனம் போன்றவற்றுள் மூன்று.
திரி கரணம்	-	மனம், வாக்கு, காயம் என மூன்று கருவிகள்.
திரிகால சந்தி	-	காலை, பகல், மாலைகளாகிய மூன்று சந்தியா காலங்கள்.
திரிகால ஞானம்	-	knowledge of the past, the present, and the future. முக்கால அறிவு.
திரிகால வர்த்தமானம்	-	முக்கால சம்பவங்கள்.
திரி குணம்	-	முக்குணங்கள். சத்துவம், இராசதம், தாமதம்.
திரி கூடம்	-	மூன்று சிகரங்கள் கொண்ட மலை. 'குற்றாலக் குறவஞ்சி' நூல் எழுதியவர் திரிகூட ராசப்பக் கவிராயர். 'குற்றாலத் தலபுராணம்' இயற்றியவர். 18 ஆம் நூற்றாண்டு.
திரிகோண சாத்திரம்	-	முக்கோணம் பற்றிய கணித நூல்.
திரிகோணம்	-	முக்கோணம்.
திரிசந்தி	-	திரிகால சந்தி.
திரி சாதம்	-	லவங்கப்பட்டை, லவங்கப் பத்திரி, ஏலம் எனும் மூன்றும் கூட்டிச் செய்த மருந்து.
திரி சாரம்	-	நவச்சாரம், யவட்சாரம், சத்திச்சாரம் எனும் மூவகை உப்புகள்.
திரிசிர சாதி	-	தாளத்திற்குரிய சாதி ஐந்திலும், மூன்று அட்சர காலம் கொண்ட பிரிவு. திரிசிரம்.
திரிசிரசு	-	இராமயணம் கூறும் மூன்று தலையுள்ள அரக்கன். திரிசிரா.
திரிசிரபுரம்	-	திருச்சிராப்பள்ளி.
திரி சுகந்தம்	-	சாதிக்காய், சாதிபத்திரி, இலவங்கம் எனும் மூவகை வாசனைப் பண்டங்கள்.
திரி சூலக் கல்	-	சிவன் கோயில் நிலங்களின் எல்லை குறிக்கும் கல். திரிசூலம் குறி கொண்டது.

திரி சூலக் காசு	-	பழைய வரி வகை.
திரி சூலம்	-	முத்தலைச் சூலம்.
திரி சூலன்	-	யமன்.
திரி சூலி	-	சிவன். காளி.
திரி சொல்	-	தமிழ்ச்செய்யுளில்வழங்குவதற்குத்தகுதியான சொல், தொல்காப்பியத்தின்படி.
திரித்துவம்	-	கடவுளின் மூன்று தன்மைகள்.
திரதசி	-	திரியோதசி.
திரி தண்ட சந்நியாசி	-	முக்கோல் தரிக்கும் வைணவத் துறவி. திரி தண்டி.
திரி தண்டம்	-	வைணவ சந்நியாசிகள் கையில் தாங்கும் முக்கோல்.
திரி தண்டு	-	திரி தண்டம்.
திரி திகை	-	திரிதியை. கிருஷ்ண சுக்ல பட்சங்களில் வரும் மூன்றாம் திதி.
திரி தோஷம்	-	முப்பிணிக் கூறு.
திரி நேந்திரன்	-	சிவன், முக்கண்ணன்.
திரிபுர சுந்தரி	-	பார்வதி.
திரிபுர தகனன்	-	முப்புரம் எரித்தவன்.
திரி பலை	-	கடுக்காய், தான்றிக்காய், நெல்லிக்காய்.
திரிபுரம்	-	பொன், வெள்ளி, இரும்பால் செய்யப்பட்ட விண்ணில் சஞ்சரித்த மூன்று நகரங்கள். சிவனால் எரிக்கப்பட்டவை.
திரிபுர தாபினி	-	108 உபநிடதங்களில் ஒன்று.
திரிபுராந்தகன்	-	திரிபுர அந்தகன். திரிபுர தகனன், திரிபுராரி.
திரிபுரை	-	பார்வதி.
திரிபுருஷம்	-	3 தலைமுறை.
திரிபுவனம்	-	திரிலோகம், மூவுலகு.

திரிமஞ்சள்	-	மஞ்சள், கஸ்தூரி மஞ்சள், மர மஞ்சள் என மூவகை.
திரிமணி	-	பௌத்தர் வணங்கும் புத்தன், புத்த தருமம், புத்த சங்கம்.
திரி மலம்	-	மும்மலம்.
திரிமாத்திரை	-	உப தாளம் ஐந்தினுள் ஒன்று.
திரிமார்க்கம்	-	முச்சந்தி.
திரிமூர்த்தி	-	மும்மூர்த்தி. பிரம்மன், விஷ்ணு, உருத்திரன்.
திரிமூலம்	-	திப்பிலி, சித்திரம், கண்டு மூலம் எனும் மூவகை வேர்கள்.
திரியட்சி	-	திரி யக்கி, முக்கண்ணனுடைய தேவி. தேங்காய்.
திரியம்பகம்	-	சிவன் வில்.
திரியம்பகன்	-	சிவன்.
திரியம்பகி	-	சக்தி.
திரியாவாரம்	-	வஞ்சனை.
திரிசமன்	-	விஷமம், திரிசமம்.
திரியேகக் கடவுள்	-	Father, son and the Holy Spirit.
திரியேகம்	-	கடவுளின் முத்திறத் தன்மை.
திரியேகன்	-	முத்திறக் கடவுள்.
திரிலவங்கம்	-	சிறு நாகப் பூ, செண்பகப் பூ, கிராம்பு என்ற மூன்றுவகை வாசனைப் பண்டம்.
திரிலோக சிந்தூரம்	-	காந்தம், இரும்பு, செம்பு அல்லது பொன், வெள்ளி, செம்பு இவற்றால் செய்த சிந்தூரம்.
திரிலோகம்	-	மூவுலகு. பூமி, அந்தரம், சுவர்க்கம்.
திரிலோகம்	-	மூன்று உலோகங்கள். பொன், வெள்ளி, செம்பு.
திரிலோகாதிபதி	-	மூன்று உலகங்களின் அதிபதி, இந்திரன்.

நாஞ்சில்நாடன் 81

திரிலோகேசன் - சூரியன்.

திரிலோசனன் - திரிநேந்திரன், முக்கண்ணன்.

திரிலோசனி - துர்க்கை.

திரி வர்க்கம் - அறம், பொருள், இன்பம்.

திரிவாசம் - கக்கரி என்னும் வெள்ளரி வகை.

திரிவிக்கிரமன் - மூன்றடியால் உலகளந்தவன், திருமால்.

'திரிவிக்கிரமன் செந்தாமரைக் கண் எம்மான்' என்னும் திவ்யப் பிரபந்தம். சூரியன்.

திரிவேணி - திரிவேணி சங்கமம்.

திரிலிங்கம் - Feminine Gender.

மூன்றுக்கு மட்டும் அப்படி என்ன சிறப்பு என்று தெரியவில்லை. எண்களில் என்ன மேலும் கீழும் மனிதரைப் போல என்று யோசிப்பேன் பல சமயங்களிலும், கணிதம் பயின்ற மாணவன் எனும் காரணத்தால்.

ஏலம் கூவும்போதும் கூட ஒரு தரம், இரண்டு தரம், மூன்று தரம் என்கிறார்கள். ஓட்டப் பந்தயத்துக்குத் தயார் எடுத்து நிற்கையில் ஒன், டூ, த்ரீ சொல்கிறார்கள். பூமா தேவி, கீழே விழுபவரை மூன்று முறை பிழை பொறுத்துத் தாங்குவாள் என்றும், மூழ்கித் தத்தளித்துக் கொக்குப் பிடிப்பவரைத் தண்ணீரும் மூன்று முறை தாங்கிக் காப்பாற்றப் பார்க்கும் என்று சொல்வார்கள். வேண்டாம் என்கிற பொருளையும், 'சவத்தை மூன்று முறை தலையைச் சுத்தித்தூரப் போடு' என்பார்கள்.

கொள்ளி வைப்பவனுக்கும் மூன்று சுற்று. கொள்ளிக் குடத்தில் மூன்று ஓட்டைகள். ஆராதனைத் தீபத்தை மூன்று முறை கண்களில் ஒற்றிக் கொள்கிறார்கள். 'ஒண்ணுக்கு மூணு முறை சொல்லியாச்சு' அல்லது, 'ஒண்ணுக்கு மூணு தரம் கேட்டாச்சு' என்கிறார்கள். மூன்று முடிச்சுப் போடுகிறார்கள் கல்யாணத் தாலி கட்டின்போது. மூன்றாம் பிறை காண்பது நல்லது என்கிறார்கள். கோயில் பிராகாரம் மூன்று முறை சுற்றுகிறார்கள். மூன்று முறை விழுந்து கும்பிடுகிறார்கள்.

தேங்காய்க்கு மூன்று கண், நுங்குக்கும் மூன்று கண். விசேட நாட்களில் பொங்கிப் பொரித்து விளக்கு முன் படைக்கும்போது மூன்று இலை போட்டுப் பரிமாறுகிறார்கள். கர்ம காரியம் செய்து விட்டுப் புண்ணியத்துறைகளில் மூன்று முங்கு போடச் சொல்கிறார்கள்.

அடுப்புக் கட்டி மூன்று. நெற்றியில் சைவத் திருநீறு மூன்று பட்டை, வைணவ நாமம் மூன்று கோடு. பக்கம் பக்கமாக எழுதிச் செல்லலாம். பெரியாழ்வாரின் பாடல் ஒன்று.

மூன்றெழுத்து அதனை மூன்றெழுத்து அதனால்
மூன்றெழுத்து ஆக்கி மூன்றெழுத்தை
ஏன்று கொண்டு இருப்பார்க்கு இரக்கம் நன்குடைய
எம் புருடோத்தமன் இருக்கை
மூன்றடி நிமிர்த்து மூன்றினில் தோன்றி
மூன்றினில் மூன்றுரு ஆனான்
கான் தடம் பொழில் சூழ் கங்கையின் கரைமேல்
கண்டம் என்னும் கடிநகரே!

பாடலின் பொருளை வைணவப் பெரியாரிடம் கேட்டுத் தெரிந்து கொள்ளுங்கள். எமக்கு தத்துவ அறிவு அத்தனை போதாது!

சொல்வனம்
ஆகஸ்ட் 2016

4. சதுரம்

சில ஆண்டுகளுக்கு முன்பு, எண்களை அடிப்படையாகக் கொண்ட சொற்களைப் பற்றி, அட்டம், சப்தம், அறுமுகம், பஞ்சம் என நான்கு கட்டுரைகள் எழுதினேன். 'தமிழினி' மாத இதழ் அவற்றை வெளியிட்டது. விஜயா பதிப்பக வெளியீடான 'திகம்பரம்' எனும் கட்டுரைத் தொகுப்பில் அவற்றைக் காணலாம். அந்தக் கட்டுரைகளின் தொடர்ச்சிதான் 'சதுரம்' எனும் இந்தக் கட்டுரையும்.

இந்தக் கட்டுரைகள் சொல் தேடல், தகவல் தேடல் அன்றி வேறல்ல. கோட்பாட்டுச் சிக்கல்கள், சம்பவ முரண்கள் என்று எதுவுமே இங்கு காணக் கிடைக்காது. இவற்றுள் எதுவும் ஆய்வுகளோ, கண்டுபிடிப்புகளோ அல்ல. பெரும்பாலும் பேரகராதி, நிகண்டுகள் என்பனவற்றுக்குக் கடமைப்பட்டுள்ளேன்.

சதுரம் எனும் சொல், ஐயத்துக்கு இடமின்றி, வடமொழிப் பிறப்பு. சதுர் எனும் சொல்லிலிருந்து கிளைத்தது. சதுர் என்றால் நான்கு என்று பொருள். அதன் அர்த்தம் சதுர் எனும் சொல் பிறந்த பின்பே நான்கு என்ற சொல் பிறந்தது என்பதல்ல. நமக்கு ஒரு சிக்கல், இருபக்கத்துக் குறைமதியாளர்களாலும்.

பிரம்மாவாகிய நான்முகனைச் சதுர்முகன் என்றார்கள். சதுர் என்றாலும் சதுர்முகன் என்றே பொருள். சதுர்முகனை, சதுமுகன் என்றும் குறிப்பிட்டார்கள். சிலப்பதிகாரம், நாடு காண் கதையில், இளங்கோ அடிகள், 'சங்கரன், ஈசன், சயம்பு, சதுமுகன்' என்பார்.

சதுர் என்றால் சாமர்த்தியம் என்றும் பொருள். Smartness எனலாம்.

கோலாலம் ஆகி, குரை கடல்வாய், அன்று எழுந்த
ஆலாலம் உண்டான், அவன் சதுர்தான் என்?

என்கிறார் மாணிக்க வாசகர், திருச்சாழல் பகுதியில். 'கொந்தளிக்கும் பாற்கடலில் அன்று பேரொலியோடு எழுந்த ஆலகால விடம் உண்டான். அவன் திறமைதான் என்னே!' என்பது பொருள். சதுரன் என்றாலும் சமர்த்தன் என்றே பொருள். சதுரம் என்றாலும் அஃதே. விவேகம் என்றும் பொருள் கொள்கிறார்கள். சதுர் வேறு, சதிர் வேறு என்பதை அறிக.

'தந்தது என் தன்னை, கொண்டது உன் தன்னை, யார் கொலோ சதுரர்?' என்பது தேவாரம். 'என்னைத் தந்தேன், உன்னைக் கொண்டேன், இதில் யாரப்பா சாமர்த்தியசாலி?' என்பது கேள்வி. மாணிக்க வாசகர், 'திரு வார்த்தை' பாடும்போது,

அங்கணன், எங்கள் அமரர் பெம்மான்!
அடியார்க்கு அமுதன்! அவனி வந்த
எங்கள் பிரான்! இரும் பாசம் தீர,
'இக - பரம் ஆயது ஓர் இன்பம்' எய்த,
சங்கம் கவர்ந்து, வண் சாத்தினோடும்,
சதுரன், பெருந்துறை ஆளி, அன்று
மங்கையர் மல்கும் மதுரை சேர்ந்த
வகை அறிவார் - எம்பிரான் ஆவாரே!

என்கிறார். அழகிய கண்களை உடையவன், எங்கள் விண்ணவர் தலைவன், அடியவர்க்கு சாவா மருந்தாவான், அவனியில் வந்த எங்கள் பிரான், மும்மலம் அறும்படி இம்மை மறுமையாகிய பேரின்பம் அடையும் பொருட்டு, அன்று சங்கு வளை விற்க மதுரை வந்தவன், அவன் பெருந்துறை ஆளும் சமர்த்தன். அது பாடலின் பொருள்.

சதுரம் என்றாலும் விவேகம் அல்லது சாமர்த்தியம்தான். ஆனால் சதுரம் என்றால் Square என்ற பொருளிலேயே இன்று ஆள்கிறோம். 'நேர்கோணம் உள்ளதும், அளவு ஒத்த நான்கு எல்லை வரம்பு உடையதுமான உருவம்' என்கிறது பேரகராதி. கணிதப் பாடத்தில் நீள் சதுரம் என்றும் சாய் சதுரம் என்றும் கற்றிருக்கிறோம்.

இனிமேல் சதுர் அல்லது சதுரம் அடிப்படையில் அமைந்த சொற்கள் சில காண்போம்.

சதுர மாடம் - நான்கு புறமும் அளவொத்து அமைந்த மாடப் புரை. மாடப்புரை என்ற சொல் சுவரில் அகல் விளக்கு ஏற்றி வைக்கும் கன சதுரத்திலான

பொந்தைக் குறித்தது. இன்று எந்த வீட்டுப் புதுச்சுவரிலும் மாடப் புரை இல்லை. எனில் அந்தச் சொல் எங்கே இருக்கும்?

சதுர வரம்	-	அதாவது சதுர அரம். Square file.
சதுர வளவு	-	சதுர அளவு. அகலத்தையும் நீளத்தையும் பெருக்கி வந்த அளவு. அதாவது 6 அடி நீளம் x 4 அடி அகலம் எனில் அது 24 சதுர அடி.
சதுரம்	-	நாம் இன்று Square feet என்பதை, அன்று கொத்தரும் தச்சரும் சதுரம் என்றனர். அல்லது சதுர அடி என்றனர்.
சதுவகை	-	நால் வகை.
சதுரப் பாலை	-	பாலை யாழின் வகை.
சதுரப் பிரண்டை	-	பிரண்டையின் குறுக்கு வெட்டுத் தோற்றம் சதுரம் ஆனபடியால், பிரண்டையின் இன்னொரு சொல் சதுரப் பிரண்டை.
சதுரக் கள்ளி	-	கள்ளி வகைகளில் திருகுக் கள்ளி, சப்பாத்திக் கள்ளி, கொடுக்கள்ளி போல, சதுரக் கள்ளி. நான்கு விளிம்புகளிலும் முட்கள் உள்ள கள்ளி.
சதுரப்பாடு	-	திறமை, விவேகம், சாமர்த்தியம்.
சதுரக் கல்	-	சதுர வடிவிலான செங்கல். சதுர வடிவிலான தரை ஓடு.
சதுரக் கம்பம்	-	நாற்கோணமாக அமைந்த தூண்.
சதுர் வேதி	-	நான்கு வேதங்களிலும் வல்லமை உடைய அந்தணன். வட நாட்டில் துவிவேதி, திரிவேதி, சதுர்வேதி என்பன குலப்பெயர்கள். அதாவது Surnames. அவர்களுக்கும் வேதங்களுக்கும் எத்தொடர்பும் இருப்பதாக எமக்கு அறிவில்லை.
சதுர்க்கோணம்	-	நாற்கரம். Quadrangle. நாற்கோணம்

சதுர்ப் புயன் - நான்கு புயங்களை உடையவன். திருமால், சிவன்.

சதுர்த்தசம் - பதிநான்கு.

சதுர்த்தசி - பதினான்காம் திதி.

சதுர்த்தம் - நான்கு சுரம் உடைய ராகம். அவை என்ன ராகங்கள் என்று தெரிந்தவரிடம் கேட்க வேண்டும்.

சதுர்த்தர் - நான்காம் வருணத்தினன். சூத்திரர், வேளாளர்.

சதுர்த்தர் - சமர்த்தர்.

சதுர்த்தி - நான்காம் திதி, நான்காம் வேற்றுமை.

சதுர்த்தியறை - திருமணமான நான்காம் நாள், மணமக்கள் கூடி முயங்கும் அறை.

சதுர்முகன் - நான்கு முகங்களை உடைய பிரம்மன். நான்முகன். திரு உந்தியாரில் மாணிக்கவாசகர் பாடுகிறார்.

திருமால் அவிர்ப்பாகம் கொண்டு அன்று
சாவாது இருந்தான் என்று உந்தீ பற!
சதுர்முகன் தாதை என்று உந்தீ பற!

சதுர்ப்பாதம் - சிவ ஆகமங்கள் நான்கு. சரியை, கிரியை, யோகம், ஞானம்.

சதுர்யுகம் - நான்கு யுகங்கள் கூடிய பெருங்காலம். நாலூழி. கிருதயுகம், திரேதாயுகம், துவாபர யுகம், கலியுகம். இப்போது நடப்பது கலியுகம் என்கிறார்கள்.

சதுர்வர்ணம் - நால் வர்ணம். அந்தணர், அரசர், வணிகர், வேளாளர். அஃதாவது பிராம்மணர், க்ஷத்திரியர், வைசியர், சூத்திரர் எனும் நால்வகைக் குலம். 'நெறிமுறை நால்வகை வருணமும் ஆயினை' என்பது திவ்யப் பிரபந்தம். நாலாம் வர்ணத்தவன் பெருமை பேசும் ஔவையார் பாடல்:

நூல் எனிலோ கோல் சாயும், நுந்தமரேல் வெஞ்சமராம்
கோல் எனிலோ அங்கே குடி சாயும் - நாலாவான்
மந்திரியும் ஆவான் வழிக்குத் துணை ஆவான்
அந்த அரசே அரசு!

முப்புரி நூல் அணிந்த அந்தணர் அமைச்சராக அமைந்தால் அந்த அரசின் செங்கோல் சாய்ந்து விடும். உறவினரான அரச குலத்தவனான க்ஷத்திரியன் அமைச்சனானால், கொடிய போரினை மூட்டி விடுவார்கள். நாலாவது வகுப்பான வேளாளனோ நல்ல அமைச்சராக இருப்பான், அரச நெறிக்கு உற்ற துணையாக விளங்குவான். அவனைத் துணையாகக் கொண்டதே, நல்லரசாகவும் இருக்கும்.

சதுர்விதோபாயம் - அரசு புரிவதற்கு என்று அற நூல்கள் கூறும் நான்கு செயல்கள். சாமம், தானம், பேதம், தண்டம். சதுர் வித உபாயம்.

சதுர் வேதம் - நான்கு வித வேதங்கள். இருக்கு, யஜுர், சாமம், அதர்வணம். நான் மறை. சதுர் மறை என்கிறார் பத்ரகிரியார்.

சாத்திரத்தைச் சுட்டு சதுர் மறையைப் பொய்யாக்கிச்
சூத்திரத்தைக் கண்டு துயர் அழிப்பது எக்காலம்?

என்பது பாடல் வரி. திருமங்கை ஆழ்வாரின் பெரிய திருமொழி,'நால்வகை வேதம், ஐந்து வேள்வி, அறங்கள் வல்லார்.' என்கிறது.

சதுரகராதி - 18ஆம் நூற்றாண்டில் வீரமாமுனிவர் தொகுத்த அகராதி. பெயரகராதி, பொருளகராதி, தொகையகராதி, தொடையகராதி என்பன.

சதுரங்க சேனை	-	நான்கு படைப்பிரிவுகள் கொண்ட முழுமையான சேனை. இரத,கஜ, துரக, பதாதி என்பர். நாற்படை.
சதுரச் சந்தி	-	நாற்சந்தி.
சதுரப்பாடு	-	சதுரம்.
சதுவகை	-	நால்வகை.
சதுக்கம்	-	நாற்சந்தி. Square.
சதுக்க பூதம்	-	நாற்சந்திகளில் நிற்கும் பூதம். கொடியவரைப் பிடித்து விழுங்குவது. சிலப்பதிகாரம் சதுக்க பூதம் பற்றிப் பேசுகிறது.
சதுமுகன் தேவி	-	நான்முகன் தேவி. சரசுவதி.
சதுர்த் தந்தம்	-	நான்கு தந்தங்களை உடைய யானை. ஐராவதம். எட்டுத் திக்குகளில் பூமியைத் தாங்கும் யானைகளில் ஒன்று. பாற்கடல் கடையும்போது வந்தது. இந்திரனுக்கு வழங்கப்பட்டது.

சதுர எனும் வட சொல்லின் அடியாகப் பிறந்த சொற்களில் பல கண்டோம். நான்கு என்ற சொல், சதுர் எனும் சொல்லின் நேர். தமிழனின் தொல்லிலக்கியங்களில் நான்கு, நாற்பது, நானூறு என்பன சிறப்பான எண்கள். ஔவையோ நான்கு பொருட்கள் கொடுத்து விட்டு மூன்று தமிழும் கேட்கிறாள். அவள் காலத்தில் ஐந்து தமிழ் இல்லை, ஐந்தமிழ் அறிஞரும் இல்லை.

> பாலும் தெளிதேனும் பாகும் பருப்பும் இவை
> நாலும் கலந்து உனக்கு நான் தருவேன் – கோலம் செய்
> துங்கக் கரிமுகத்துத் தூமணியே நீ எனக்கு
> சங்கத் தமிழ் மூன்றும் தா!

என்கிறாள். இயல், இசை, நாடகம் என்பன முத்தமிழ். சங்க நூல்களான எட்டுத் தொகையினுள், அகநானூறு, புற நானூறு, நற்றிணை, குறுந்தொகை என தலா நானூறு பாடல்களாகத் தொகுத்துள்ளனர்.

பதினெண் கீழ்க் கணக்கு நூல்களில் நாலடியார் நானூறு பாடல்கள், பழமொழி நானூறு பாடல்கள். நான்மணிக் கடிகை மொத்தம் 106 பாடல்கள், வெண்பாக்கள். நாற்பது என்று கொண்டால்

இன்னா நாற்பது, இனியவை நாற்பது, கார் நாற்பது மற்றும் களவழி நாற்பது. ஏன் நாற்பது, நானூறு, நாலாயிரம் என்று தொகுக்கப் பெற்றன என்று தெரியவில்லை.

நான்கு என்றால் அதி சிறப்புத்தான் போலும்! ''நாலு பேரு என்ன பேசுவா?'', ''நமக்குன்னு நாலு பேரு வேண்டாமா?'', ''நாலு பேர்ட்ட கேட்டுப் பாரு?'', ''நாலு பேரைக் கூப்பிட்டு நாயம் பேசு!'' என்பன அன்றாட மக்கள் வழக்கு.

பள்ளிப் படிப்பின்போது நான்கு திசைகள் என்றுதான் படித்தேன். பின்புதான் 'சென்றிடுவீர் எட்டுத் திக்கும்' என்ற எட்டுத் திக்குகள் புலப்பட்டன. மனோன்மணியம் சுந்தரம் பிள்ளை, 'எத்திசையும் புகழ் மணக்க இருந்த பெரும் தமிழணங்கே!' என்றார். நிலத்தையும் நானிலம் என்றோம். 'நான்கு' திருத்தமான தமிழ்ச்சொல். ஆனால் தமிழர் நாவில் வழங்குவது 'நாலு' எனும் சொல்லே. அதுபோல ஐந்தும் அஞ்சும்.

திருநாவுக்கரசர், விடந்தீர்ந்த திருப்பதிகத்தில் நான்கு என்பதை நாலு என்றே கையாள்கிறார்.

நாலு கொலாம் அவர் தம் முகமாவன
நாலு கொலாம் சனனம் முதல் தோற்றமும்
நாலு கொலாம் அவன் ஊர்தியின் பாதங்கள்
நாலு கொலாம் மறை பாடின தாமே!

என்று நாலு முறை சொல்கிறார். எம்பெருமான் பிரமனாக இருக்கும் போது அவர்முகம் நான்கு. உயிர்கள் நிலம், கருப்பை, முட்டை, வியர்வை ஆகிய நான்கில் இருந்தும் பிறக்கும். அவர் ஊர்ந்து வரும் வாகனமான இடபத்தின் பாதங்கள் நான்கு. அவர் பாடிய மறை அறம், பொருள், இன்பம், வீடு என நான்கு. அல்லது அவரைப் பாடிய மறைகள் நான்கு.

சங்க இலக்கியம் 'நான்மறை' பேசுகிறது. பாணரின் பாலைத்திணை

நான் மறை முது நூல் முக்கண் செல்வன்
ஆல முற்றம் கவின் பெறத் தை இய என்கிறது.

முதிய நூல்களான நான் மறைகளை உணர்ந்த மூன்று கண்களை உடைய தெய்வம் அவன். அவன் திருக்கோயில் அமைந்த இடம் ஆல முற்றம் எனும் பொருளில். புற நானூற்றின் காரி கிழார் பாடல், 'சிறந்த நான்மறை முனிவர் ஏந்துகை எதிரே' என்கிறது. பட்டினப் பாலை,

நவம்

‘நான் மறையோர் புகழ் பரப்பியும்’ என்கிறது. திருமுருகாற்றுப் படையும் பெரும்பாணாற்றுப் படையும் நான்முகனைப் பேசுகின்றன.

இனிமேல் தனித்த சில சொற்களையும் பார்ப்போம்.

நான்முகன் - பிரம்மன். கம்பன், இராவண வதைப் படலத்தில் கையாளும் சொல். ’சிவனோ அல்லன், நான்முகன் அல்லன், திருமாலாம் அவனோ அல்லன்’ என்று இராமனைப் பார்த்து இராவணன் வியப்பதாக. நான்முகனைக் குறிக்க அந்தணன் என்றும் சொல்லையும் ஆள்கிறான். சூர்ப்பணகை மூக்கும் முலைகளும் அறுபட்டு வருவதைக் கண்ட அரக்கர் அரற்றுவதாகப் பாடல். இத் தீமை செய்தவன் யாரென வியந்து. ‘இந்திரன் மேலதோ? உலகம் ஈன்ற பேர் அந்தணன் மேலதோ?’ என்று கூறுவதில் இருந்து நான்முகனை அந்தணன் என்று குறிப்பதை அறியலாம். மறுபடியும், சூர்ப்பணகை சூழ்ச்சிப் படலத்தில், சூர்ப்பணகை கூற்று.

பாகத்தில் ஒருவன் வைத்தான்; பங்கயத்து இருந்த பொன்னை
ஆகத்தில் ஒருவன் வைத்தான்; அந்தணன் நாவில் வைத்தான்

என்கிறாள். போற்றித் திரு அகவலில் மாணிக்க வாசகர், ‘நான்முகன் முதலானவர் தொழுது எழ’ என்கிறார். நான்முகனுக்கு ஆரம்பத்தில் ஐந்து தலைகள் இருந்தன. சினம் கொண்ட சிவன் ஒரு தலையைத் திருகி எறிந்து பிரம்மஹத்தி தோஷம் நீங்க அலைந்தான். அந்த ஒரு தலை போக, அறாத மீதி நான்கு தலைகளையும், நான் திருகி எறிய மாட்டேனா என்று ஔவை பாடுகிறாள். எதற்கு அத்தனை கோபம்? பாட்டிலேயே விடையும் உண்டு.

அற்ற தலை போக, அறாத தலை
நான்கினையும்
பற்றித் திருகிப் பறியேனோ? – வற்றும்
மரம் அனையானுக்கு இந்த மானை
வகுத்திட்ட
பிரமனை நான் காணப் பெறின்.

பட்டுப் போன மரம் போன்றவனுக்கு மானை ஒத்த இந்தப் பெண்ணை விதிப்போல மணம் செய்து வைத்த பிரம்மனை நான் கண்டால், அன்று சிவன் அறுத்த தலை போக, மீதி நான்கினையும் பற்றித் திருகிப் பறித்து எறிய மாட்டேனா என்று கேட்கிறாள். திருமழிசை ஆழ்வார், நான்முகன் திருவந்தாதியில் பாடுகிறார்.

நான்முகனை நாராயணன் படைத்தான்,
நான்முகனும்
தான் முகமாய்ச் சங்கரனைத் தான்
படைத்தான்.

என்று முதற் பாட்டில் நான்முகனைச் சொல்கிறார்.

நாற்பால் - சங்க இலக்கிய காலத்திலேயே சதுர் வர்ணங்கள், நாற்பால் எனக் குறிக்கப்பட்டு வந்திருக்கின்றன. புற நானூற்றில் ஆரியப் படை கடந்த நெடுஞ்செழியன் பாடல் ஒன்று.

வேற்றுமை தெரிந்த நாற்பாலுள்ளும்
கீழ்ப்பால் ஒருவன் கற்பின்,
மேற்பால் ஒருவனும் அவன் கண் படுமே

என்கிறது.

நால்வர் - இந்தச் சொல் சைவ சமயக் குரவர்களான அப்பர், சம்பந்தர், சுந்தரர், மாணிக்கவாசகரைக் குறிப்பது என்கிறது சூடாமணி நிகண்டு. புற நானூற்றில் மதுரைக் கணக்காயனார் பாடல், 'நால்வர்' பற்றிப் பேசுகிறது. அந்த

நால்வர், காளைக் கொடியும், தீப்போன்ற சடையும், வெல்லுதற்கு அரிய மழு ஆயுதமும் உடைய சிவன். கடற் சங்கு போன்ற வெண்ணிற உடலும், வலிமையான கலப்பை ஆயுதமும் பனைக்கொடியும் உடைய பலதேவன். நீல மணி போன்ற நிறமும், கருடக் கொடியும் கொண்ட கண்ணன். மயில் கொடியை உடையவனும், பிணிமுகம் எனும் யானையை வாகனமாகக் கொண்டவனுமான முருகன். அவர்கள் உலகம் காக்கும் வலிமையும், அழியாப் புகழும் கொண்ட நால்வர்.

நால்வாய் - இது யானையைக் குறிக்கும் சொல். தனிப்பாடல் புலவன் ஒருவன், வள்ளல் ஒருவாய் சோறு கேட்டேன், அவன் நாலு வாய் கொடுத்தான் என்கிறான். இங்கும் நாலுவாய் என்பது யானை.

நாலறிவு - மாந்தர்க்கு ஆறறிவு, விலங்குகளுக்கு ஐந்தறிவு என்பர். நாலறிவு என்பதைப் பிங்கல நிகண்டு விளக்குகிறது.

உற்றறி புலன் நா மூக்கொடு கண்ணும் பெற்ற வண்டு, ஞெண்டாதி நாலறிவின. உற்றறியும் புலன், நாவு, மூக்கு, கண் – நாலறிவு.

எடுத்துக்காட்டு: வண்டு, ஞெண்டு.

நாற்சீர் - தமிழிலக்கணம் பத்தாம் வகுப்புவரை பயின்றவர் அறிவார்கள். அறியாதவர்க்கு அதைச் சொல்லி என்ன பயன்?

நால் - நான்கு. 'பழகு தமிழ்ச் சொல்லருமை நாலிரண்டில்' என்கிறது பெருந்தொகைப்பாடல். பழகுதமிழின் சொல் அருமை நாலடியாரிலும் திருக்குறளிலும் இருக்கிறது.

ஆலும் வேலும் பல்லுக்குறுதி
நாலும் இரண்டும் சொல்லுக்குறுதி.

என்பார்கள். ஆலின்விழுதும் வேலங்குச்சியும் பல்லுக்கு உறுதிதரும் தேய்த்தால். நாலடியாரும் திருக்குறளும் சொல்லுக்கு உறுதி தரும்.

நால்கு - நான்கு. நால்கு என்ற சொல்லைப் பெரும்பாணாற்றுப்படை பயன்படுத்துகிறது.

**நூலோர் புகழ்ந்த மாட்சிய, மால் கடல்
வளை கண்டன்ன வால் உளைப் புரவி,
துணை புணர் தொழில், நால்கு உடன் பூட்டி**

என்பது பெரும்பாணாற்றுப்படை. குதிரைகளினுடைய இலக்கண நூலில் சொல்லப்பட்டுள்ள, சிறந்த வெண்மையான, பிடரி மயிர்களை உடைய நான்கு புரவிகளைத் (தேரில்) பூட்டி என்று பொருள்.

நால்வகைச் சாந்து - கலவை, வீதம், புலி, வட்டிகை எனும் சந்தனச் சாந்து.

நால்வகைத் தேவர் - பவணர், வியந்தகர், ஜோதிஷ்கர், கல்பவாசியர் எனும் நால்வகைத் தேவர்கள். கள்ளர், மறவர், அகமுடையர், வெள்ளாளர் அல்ல.

நால்வகைத் தோற்றம் - அண்டசம், சுவேதசம், உற்பிச்சம், சராயுசம் என்ற நால்வகை உயிர்த் தோற்றம்.

நால்வகைப் பூ - கோட்டுப் பூ, கொடிப் பூ, நீர்ப்பூ, நிலப் பூ.

நால்வகைப் பொருள் - அறம், பொருள், இன்பம், வீடு.

நால்வகை உணவு - உண்ணுதல், தின்னுதல், நக்குதல், பருகுதல்.

நால்வர்
நான்மணி மாலை - சிவப்பிரகாச சுவாமிகள் எழுதிய பிரபந்தம், சம்பந்தர், அப்பர், சுந்தரர், மாணிக்க வாசகர் மீது.

நால்வாயன் - யானை முகத்தினன். விநாயகன். ஐராவதம் எனும் யானையை உடையவன், இந்திரன்.

நாலடி - நாலடியார். பதினெண்கீழ்க் கணக்கு நூல்களில் ஒன்று. ஜைன முனிவர்களால் இயற்றப்

		பெற்றது. அறம், பொருள், இன்பம் எனும் பகுப்பில் 400 வெண்பாக்கள்.
நாலறிவுயிர்	-	சுவை, ஒளி, ஊறு, நாற்றம் என்பன நாலறிவு. வண்டு தும்பி முதலியன.
நாலா	-	பல. நாலா பக்கமும்.
நாலாஞ் சடங்கு	-	நாலா நீர்ச் சடங்கு. விவாகத்தின் நான்காம் நாள் மணமக்கள் புரியும் நீராட்டச் சடங்கு. நாஞ்சில் நாட்டில் இந்த சடங்கை கல்யாண நாள் இரவு, முதலிரவுக்கு முன்பாகச் செய்கிறார்கள்.
நாலா நீராடுதல்	-	To take purificatory bath on the fourth day after menstruation.
நாலாம் பாதகன்	-	கொலை பாதகன்.
நாலாம் பொய்யுகம்	-	கலியுகம்.
நாலாம் வருணம்	-	சூத்திர சாதி.
நாலா முறைக் காய்ச்சல்	-	மலேரியா.
நாலாயிரத் திவ்யப் பிரபந்தம்	-	பன்னிரு ஆழ்வார்கள் இயற்றிய பாடல்களின் தொகை நூல்.
நாலாயிரம்	-	நாலாயிரத் திவ்யப் பிரபந்தம்.
நாலாயிரச் சக்கிரம்	-	சித்திரக்கவி வகை.
நாலாவான்	-	சூத்திரன்.
நாலு கட்டு	-	நாற்புறமும் சுற்றுக்கட்டுத் திண்ணை கொண்டு வீடு.
நாலு கவிப் பெருமாள்	-	நாலு வகைக் கவியிலும் வல்லவர். திருமங்கை ஆழ்வார்.
நாலு சதுரக் கமலம்	-	மூலாதாரச் சக்கரம்.
நான்காம் வேதம்	-	வேதத்துள் நான்காவது. அதர்வ வேதம்.

நான்கெல்கை மால் - நில எல்லை. அதிகார வரம்பு.

நான்மணிக்கடிகை - விளம்பி நாகனார் இயற்றிய நீதி நூல். சங்க இலக்கியத்துள் பதினெண்கீழ் கணக்கு நூல்.

நான்மணி மாலை - அந்தாதித் தொடையாகப் பாடப்படுவது. வெண்பா, கலித்துறை, அகவல், விருத்தம் என மாறிமாறி மாலை போல் இசைந்து வரும், நாற்பது செய்யுட்கள் கொண்ட நூல்.

நான் மருப்பு யானை - நாற் கொம்புடைய யானை. ஐராவதம்.

நான் மருப்பு யானை ஊர்தி - ஐராவதத்தை வாகனமாகக் கொண்ட இந்திரன்.

நான் மலத்தார் - ஆணவம், கன்மம், சுத்தமாயை, திரோதாயி என்னும்நான்கு மலங்கள்உடையபிரளயாகலர்.

நான்மறை முதல்வன் - அந்தணன். புறநானூற்றில் அதியமான் நெடுமான் அஞ்சியைப் பாடும் ஔவையார்,

அறம் புரி கொள்கை நான் மறை முதல்வர்
திறம் புரி பசும்புல் பரப்பினர், கிளப்பி

என்கிறார்.

நான் மறையாளன் - நான் மறையோன், பிரம்மன்.

நான் முகப்புல் - நாணல்.

நான் முகன் கிழத்தி - சரசுவதி, நான்முகன் தேவி.

நான் முலையாயம் - பசுக்கூட்டம். நான்முலை என்பது பசுமடுவின் நான்கு காம்புகளைக் குறிப்பது. **'நான் முலை ஆயம் நடுங்குபு நின்று இரங்கும்'** என்று ஆய்ச்சியர் குரவை, உரைப்பாட்டு மடை சிலப்பதிகாரத்தில் பேசுகிறது.

நானிலம் - குறிஞ்சி, முல்லை, நெய்தல், மருதம் எனப்பட்ட நான்கு வகை நிலங்கள்.

நான்மாடக் கூடல் - கூடல் நகரம், மதுரை மாநகர்.

கூடல் பெருமானைக் கூடலார் கோமானை

என்று தொடங்கும் முத்தொள்ளாயிரம் பாடல் ஒன்றுண்டு.

நான் மாடக் கூடல் மகளிரும் மைந்தரும்
தேன் இமிர் காவில் புணர்ந்திருந்து ஆடுமால்

என்று சங்க இலக்கியம் பேசுகிறது. புதுமைப்பித்தன், 'அன்று இரவு' என்ற அவரது புகழ்ப்பெற்ற சிறுகதையை 'நான்மாடக் கூடலில் அன்று நால்வர் உறங்கவில்லை. அதிலொருவன் சொக்கேசன்', என்று தொடங்குகிறார்.

அங்ஙனம் சதுரத்தில் தொடங்கி, நான்கில் முடிக்கிறோம் இந்தக் கட்டுரையை. நான்கு எனும் சொல்லைத் தமிழனின் பழந்தமிழ் நூல்களான அகநானூறு, புறநானூறு, திருமுருகாற்றுப் படை, நெடுநல் வாடை, பரிபாடல் என்பன பயன்படுத்தியுள்ளன. சோழன் குளமுற்றத்துத் துஞ்சிய கிள்ளிவளவனைக் கோவூர்க் கிழார் பாடிய பாடலில், 'திசை இரு நான்கும்' என்கிறார். எட்டுத் திசையும் என்று பொருள்.

நாலடியார் பயன்படுத்துகிறது 'நான்கு' எனும் சொல்லை

அறம், புகழ், கேண்மை, பெருமை, இந்நான்கும்
பிறன் தாரம் நச்சுவார்ச் சேரா – பிறன் தாரம்
நச்சுவார்ச் சேரும் பகை, பழி, பாவம் என்று
அச்சத்தோடு இந் நாற்பொருள்

என்பது பாடல். தருமம், கீர்த்தி, நட்பு, பெருமை ஆகிய இந்த நான்கு பொருள்களும் பிறன் மனையாளை விடும்புகிறவரிடம் சேர மாட்டா. பகையும் நிந்தனையும், பாவமும், அச்சமுமே அவர்களைச் சேரும் என்பது உரை.

கபிலர், இருங்கோவேளைப் பாடிய பாடலில், 'நாற்பத்தொன்பது வழி முறை வந்த வேளிருள் வேளே?' என்று பாராட்டுகிறார். மதுரை இளநாகனார் பாடல் ஒன்று புற நானூற்றில்.

கடுஞ் சினத்த கொல் களிறும், கதழ் பரிய கலிமாவும்
நெடுங் கொடிய நிமிர் தேரும், நெஞ்சுடைய புகல் தேவரும் என
நான்குடன் மாண்டது ஆயினும், மாண்ட
அறநெறி முதற்றே அரசின் கொற்றம்

நாஞ்சில்நாடன்

என்று நீளும் பாடல் அது. அருமையான பாடல். கடுமையான சினம் கொண்ட கொல்லும் ஆண்யானை, விரைந்து செல்லும் மனைச்செருக் குடைய குதிரை. நீண்ட கொடி விளங்கும் உயர்ந்த தேர், நெஞ்சுரமும் வலிமையும் உடைய வீரர் எனப் படைச் செருக்கு பல இருந்தாலும், பெருமையுடைய அரசாட்சி என்பது அறநெறியை முதன்மையாகக் கொண்டது.

இன்றைய அரசாட்சிகளோ அறநெறியைப் பழைய செய்தித்தாள் வாங்கும் கடையில் எடைக்குப் போட்டுவிட்டு, ஆயிரம், பதினாயிரம், இலட்சம் கோடிகளே மாண்பு என மயங்கி நிற்கின்றன.

சொல்வனம்
ஏப்ரல் 2016

5. பஞ்சம்

பஞ்சம் என்பது இவண் ஐந்து எனும் பொருளில் ஆளப்படு கிறது. வறட்சி எனும் பொருளில் அல்ல. 1876-ம் வருடத்துத் 'தாது வருடப் பஞ்சம்' பற்றிப் பின்னாளில் நகை பொங்க எழுதப்பட்ட 'பஞ்ச லட்சண திருமுக விலாசம்' எனும் நூலை ஆய்வறிஞர் அ.கா.பெருமாள் இன்னும் தேடிக் கொண்டிருப்பதாகச் சொன்னார். இங்கு நாம் கையாளும் ஐந்து எனும் பொருளுடைய பஞ்சம் எனும் சொல், தமிழ் வழக்கில் அஞ்சு என்றும் அறியப்படுவதுண்டு.

அஞ்சிலே ஒன்று பெற்றான் அஞ்சிலே ஒன்றைத் தாவி
அஞ்சிலே ஒன்று ஆறாக ஆரியர்க் காக ஏகி
அஞ்சிலே ஒன்று பெற்ற அணங்கைக் கண்டு அயலார் ஊரில்
அஞ்சிலே ஒன்றை வைத்தான் அவன் நம்மை அளித்துக் காப்பான்

என்பது கம்பன் பாடல். இதனை இடைச் செருகல் என்பாரும் உண்டு. இருக்கலாம். ஐம்பூதங்களையும் பொருத்திப் பாடப்பெற்ற, அனுமனைக் குறித்த பாடல் இது. ஈண்டு 'அஞ்சு' எனும் சொல் 'ஐந்து' எனும் சொல்லின் முற்றுப் போலி என்பது இலக்கணக்குறிப்பு என்பார்கள். அது விளங்காமல், இந்தப் பாடலில் வரும் 'அஞ்சு' பற்றி சந்தேகம் கேட்டேன், பட்டப்படிப்பில் கணிதப் பிரிவில் இரண்டாம் ஆண்டு பயின்ற போது. அன்றைய எமது தமிழ் விரிவுரையாளர், 'சீமப்பய' என்று பட்டம் சூட்டி ஏழு நாட்கள் வகுப்புக்கு வெளியே நிறுத்தினார். இது நாம் தமிழ் கற்ற வரலாறு.

ஐந்து இந்தியத் தொன்மங்களினுள் மிகப் பிரதானமான எண்ணாகப் படுகிறது. ஐந்து நதிகள் பாயும் பிரதேசம் என்பதால் 'பஞ்சாப்' எனும் பெயரில் நிலப்பகுதி இந்தியாவிலும் பாகிஸ்தானிலும் வழங்கப்படுகிறது.

மும்பையின் முக்கியமான ரயில் நிலையம் - விக்டோரியா டெர்மினஸ் என்று முன்பும் சத்ரபதி சிவாஜி டெர்மினஸ் என்று இன்றும் வழங்கப்படுவது. அந்த ரயில் நிலையத்தின் எதிர் மூலையில் 'பஞ்சம் பூரி' என்றொரு சிறிய பஞ்சாபி பூரிக் கடை அறுபது ஆண்டுகளாக இருக்கிறது. முப்பத்தேழு ஆண்டுகளுக்கு முன்பு அறிமுகமானதிலிருந்து நான் விரும்பி உண்ணும் கடை அது.

ஜவகர்லால் நேரு பாரதப் பிரதமராக இருந்தபோது, சீனப் பிரதமர் சௌ-என்-லாய் உடன் செய்து கொண்ட 'பஞ்ச சீலம்' எனும் ஒப்பந்தம் உங்களில் பலருக்கு நினைவிருக்கலாம். அன்று பஞ்சசீலக் கொள்கை என்றால் என்ன என்பது பதினோராம் ஆண்டு பள்ளி இறுதித் தேர்வுகளில் முக்கியமான வினா.

ஐந்து கல்யாண குணங்கள் கொண்ட புரவியைப் பஞ்ச கல்யாணிக் குதிரை என்றனர். 'நாஞ்சில் நாட்டு மருமக்கள் வழி மான்மியம்' எனும் நூல் கவிமணி தேசிக விநாயகம் பிள்ளை எழுதியது. பல ஆண்டுகளுக்குப் பிறகு பேராசிரியர் அ.கா.பெருமாள் ஆய்வுரையுடன் 'காலச்சுவடு' வெளியீடாக இவ்வாண்டில் வந்துள்ளது. அந்த நூலில், ஐந்து கல்யாணங்கள் செய்து கொண்ட மூத்த பிள்ளையை பஞ்ச கல்யாணிப் பிள்ளை என்பார் கவிமணி.

பாஞ்சாலத்து மன்னன் மகள், பாஞ்சாலன் சகோதரி, பாஞ்சாலியை 'ஐவர்க்கும் தேவி அழியாத பத்தினி' என்பார்கள். 'பஞ்சவர் தூதனாய்ப் பாரதம் கை செய்து' என்பார் பெரியாழ்வார். இவண் பஞ்சவர் என்பவர் ஐவராகிய பாண்டவர். தமிழில் ஐம்பெருங் காப்பியங்கள் சீவக சிந்தாமணி, மணிமேகலை, சிலப்பதிகாரம், வளையாபதி, குண்டலகேசி என்பன. ஐஞ்சிறு காப்பியங்களும் உண்டு. தோலா மொழித் தேவர் இயற்றிய சூளாமணி, ஆசிரியர் பெயர் அறியப்படாத நீலகேசி, யசோதர காவியம், உதயண குமார காவியம், நாக குமார காவியம் ஆகியன ஆகும். ஐங்குறுநூறு எனும் எட்டுத் தொகை நூலும் காரியாசான் இயற்றிய சிறுபஞ்சமூலம் எனும் பதினெண்கீழ்க்கணக்கு நூலும் சங்க இலக்கியங்கள்.

பஞ்ச பாண்டவர் கதையான மகாபாரதம் எனும் இதிகாசம் பாரதப் பழம் பெருந் தொன்மங்கள் நிறைந்தது. பஞ்ச மா பாதகங்கள், பஞ்ச பூதங்கள், ஐம்புலன்கள் என்பன அன்றாட வாழ்வில் நாம் கேட்கும் சொற்றொடர்கள். பாளையப்பட்டுக்களில் பாஞ்சாலங்குறிச்சிக்கும் பெயர்க்காரணம் உண்டு.

அடியார்க்கு நல்லார், சிலப்பதிகாரக் கடலாடு காதை உரையில் 'பஞ்ச மரபு உடைய அறிவனார்' என்று அறிமுகம் செய்கிறார்,

அறிவனார் இயற்றிய 'பஞ்ச மரபு' எனும் இசை நூலினை. இசைக் கலையின் மரபினை, இசை மரபு, வாச்சிய மரபு, நிருத்த மரபு, அபிநயமரபு, தாள மரபு என்று ஐந்தாகக் கொண்ட நூல், பஞ்சமரபு எனப்பட்டது.

> ஐம்பூதம் பார்ப்பார் பசு திங்கள் நாயிறு
> தம்பூதம் எண்ணாது இகழ்வானேல் தன் மெய்க்கண்
> ஐம்பூதம் அன்றே கெடும்

என்பது ஆசாரக்கோவை. இதில் ஐம்பூதம் என்பதற்கு உடல் என்று பொருள். ஐம்பூதங்கள், ஐம்புலன்கள் பற்றித் திருமந்திரம் பல பாடல்களில் பேசுகிறது.

> ஐவர்க்கு ஒரு செய் விளைந்து கிடந்தது
> ஐவரும் அச்செய்யைக் காத்து வருபவர்கள்
> ஐவர்க்கு நாயகன் ஓலை வருதலால்
> ஐவரும் அச்செய்யைக் காவல் விட்டாரே

என்பதொரு பாடல். இதில் செய் எனில் வயல், ஐவர் என்பவர் பிரமன். திருமால், ருத்திரன், மகேசன், சதாசிவன் என்போர். இரண்டாம் ஐவர் என்பவர் ஐம்புலன்கள். ஐவர்க்கு நாயகன் என்பவன் சிவபெருமான்.

'அஞ்சு பேர் கூடி அரசாள' என்கிறார் சங்கிலிச் சித்தர். 'அஞ்சும் கடந்த அனாதி பரம் தெய்வம்' என்கிறார் திருமூலர். இதில் அஞ்சு என்பது ஐந்து சிவத் தத்துவம் என்பார்கள்.

> அஞ்சு முகமுள, ஐம்மூன்று கண்ணுள
> அஞ்சினொடு அஞ்சு கரதலம் தானுள
> அஞ்சுடன் அஞ்சு ஆயுதம் உள நம்பி என்
> நெஞ்சு புகுந்து நிறைந்து நின்றானே!

என்பதும் திருமந்திரம்தான்.

சதாசிவத்துக்கு ஈசானன் முதலாய ஐந்து முகங்கள், அவர்தம் கண்கள் பதினைந்து, கரங்கள் பத்து, படைகள் பத்து என்பன அருஞ்சொற் பதங்கள்.

தேடினால், பஞ்சவர்ணம், பஞ்சாமிர்தம், பஞ்சாக்னி என ஏகப்பட்ட தகவல்கள் கிடைக்கின்றன. எனது மொழி அறிவுக்காக நான் மேற்கொண்டிருக்கும் வீட்டுப் பாடப் பயற்சிகள் இவை.

தமிழுடன் இன்னும் சில காலம் வாழும் ஆசையே அடித்தலம். மாணவருக்கும் மொழித் தேடல் உடைய வாசகருக்கும் உபயோகப் படலாம் என்று, ஒரு வரையறைக்கு உட்பட்டு சில தகவல்களைக் கீழே தருகிறேன். இதில் படைப்பு சக்தியின் செயல்பாடுகள் தேடி, நண்பர்கள் களைத்துப் போக வேண்டாம் என்பது எனது வேண்டுகோள்.

அஞ்செழுத்து

அஞ்செழுத்து என்பது பஞ்சாட்சரம். 'நம சிவாய' எனும் ஒலிக் குறிப்புகள். 'அஞ்செழுத்து ஒலி' என்பது சிறுத்தொண்ட நாயனார் புராணம்.

அஞ்செழுத்தால் ஐந்து பூதம் படைத்தனன்
அஞ்செழுத்தால் பல யோனி படைத்தனன்
அஞ்செழுத்தால் இவ்வகலிடம் தாங்கினன்
அஞ்செழுத்தாலே அமர்ந்து நின்றானே

என்பது திருமந்திரம். இதில் ந, ம, சி, வா, ய எனும் எழுத்துக்கள் முறையே மண், விண், நீர், தீ, காற்று எனும் பஞ்ச பூதங்களைக் குறிப்பன. ஒவ்வொரு எழுத்துக்கும் ஒரு பொறி அல்லது புலன், தன்மாத்திரை உண்டு.

எழுத்து	பொறி/புலன்	தன்மாத்திரை
ய	காது	சப்தம் - ஓசை
வா	மூக்கு	பரிசம் - நாற்றம்
சி	கண்	உருவம் - ஒளி
ம	வாய்	ரசம் - சுவை
ந	மெய்	கந்தம் - ஊற்று

அஞ்சுஉள ஆனை அடவியுள் வாழ்வன
அஞ்சுக்கும் அஞ்செழுத்து அங்குசம் ஆவன

என்பதும் திருமந்திரம். இதில் யானை - ஐம்பொறி, அடவி - உடல், அங்குசம் - நமசிவாய எனும் ஐந்தெழுத்து.

ஐங்கரன் - இது கணபதியைக் குறிக்கும் சொல். 'ஆனை முகத்தானே ஐந்து கரத்தானே' என்பது விநாயகர் துதி. 'ஐங்கரன் அடிமலர் இங்குற நினைதி' என்பார் வள்ளலார்.

அஞ்சு கரத்தானை அடியிணையைப் போற்றி செய்து
நெஞ்சிற் பொருத்தி நிலைபெறுவது எக்காலம்

என்கிறார் பத்ரகிரியார்.

ஐவாய் - ஐந்து வழிகள். மெய், வாய், கண், மூக்கு, செவி. 'ஐவாய் வேட்கை அவா அடக்கல் முன் இனிதே' என்பது 'இனியவை நாற்பது'

ஐம்புலன் - பஞ்ச இந்திரியங்கள் அல்லது பஞ்ச விடயம். மெய், நாக்கு, கண், மூக்கு, காது என்பன. அவற்றின் உணர்ச்சிகள் ஆவன கந்தம் எனப்படும் ஊற்று, ரசம் எனப்படும் சுவை, உருவம் எனப்படும் ஒளி, பரிசம் எனப்படும் நாற்றம், சப்தம் எனப்படும் ஓசை. இவற்றை ஐம்பொறி என்பார்கள்.

ஆமைபோல் ஐந்தும் அடக்கித் திரிகின்ற
ஊமைக்கு முத்தியடி குதம்பாய்

என்கிறார் குதம்பைச் சித்தர்.

ஒருமையுள் ஆமைபோல் ஐந்தடக்கல் ஆற்றின்
எழுமையும் ஏமாப்புடைத்து.

என்கிறார் வள்ளுவர்.

அஞ்சுபுலக் கதவு அறிந்து

என்பார் நொண்டிச் சித்தர்.

ஐந்தவித்தான் ஆற்றல் அகல் விசும்புளார்
கோமான் இந்திரனே சாலும் கரி.

என்பதும் திருக்குறள்.

புதிய ஆத்திச் சூடியில், பாரதி, ஐம்பொறி ஆட்சிகொள் என்பார். மேலும் பாரதி.

ஐந்து புலனை அடக்கி - அரசு ஆண்டு மதியைப்
பழகித் தெளிந்து என்றும்

'ஐம்புலனை வென்ற அறவோர்க்கு' என்றும் பேசுவான். திருமந்திரம் 'ஐவர்க்கு நாயகன், அவ்வூர்த் தலைமகன்' என்று ஐம்பொறிகளை ஐவர் என்று பேசும். ஐந்து பொறிகளின் அறிவை, ஐயறிவு என்கிறது திரிகடுகம். 'ஐயறிவும் தம்மை அடைய ஒழுகுதல்' என்பது பாடல்.

அஞ்சுள சிங்கம் அடவியில் வாழ்வன
அஞ்சும் போய் மேய்ந்து தம் அஞ்சு அகமே புகும்
அஞ்சின் உகிரும் எயிறும் அறுத்திட்டால்
எஞ்சாது இறைவனை எய்தலும் ஆமே

எனும் திருமந்திரம் ஐம்புலன்களின் நகமும் பல்லும் அறுக்க வேண்டும் என்கிறது. சற்று முரண்போலத் தோன்றும் வேறொரு பாடலும் உண்டு.

அஞ்சும் அஞ்சும் அடக்கு என்பர் அறிவிலார்
அஞ்சும் அடக்கும் அமரரும் அங்கு இல்லை
அஞ்சும் அடக்கில் அசேதனமாம் என்றிட்டு
அஞ்சும் அடக்கா அறிவு அறிந்தேன்

என்பது அப்பாடல். ஐம்பொறிகளைக் கட்டுவதை, ஐந்தவித்தல் என்றும் ஐந்தடக்கல் என்றும் ஐம்பொறி அவிந்து என்றும் குறிப்பார்கள்.

ஐந்து தலை, பறி ஆறு, சடை உள
சந்து அவை முப்பது, சால்பு பதினெட்டுப்
பந்தலும் ஒன்பது பந்தி பதினைந்து
வெந்து கிடந்தது மேல் அறியாமே

எனும் திருமந்திரத்தில் ஐந்து தலை என்பது ஐம்பொறி. 'ஐந்து பேரறிவும் கண்களே கொள' என்று தடுத்தாட்கொண்ட புராணத்தில் கூறும் ஐந்து அறிவுகள் நாம் முன்பு கண்டவை.

'ஐந்தொழில் நான் செயப் பணித்தாய்' என்றும், 'ஐவகைத் தொழிலும் என்பால் அளித்தனை' என்றும், 'ஐவர் செயும் தொழில் எனக்கே அளித்தாய்' என்றும், வள்ளலார் கூறுவதும் நோக்கற்பாலது.

ஐந்துபேர் சூழ்ந்திடுங் காடு - இந்த
ஐவர்க்கும் ஐவர் அடைந்திடும் நாடு

என்கிறார் கடுவெளிச் சித்தர்.

ஐம்பூதம் - இதைப் பஞ்சபூதம் என்கிறார்கள். பிருத்வி, அப்பு, தேயு, வாயு, ஆகாயம் என்பர். தமிழில் மண், நீர், ஒளி, வளி, வெளி என்பர். ஐம்பூத பரங்கள் என்பார் வள்ளலார்.

'ஐந்துறு பூதம் சிந்திப்போய் ஒன்றாக' என்பது பாரதியின் ஊழிக்கூத்து. உடம்பைப் பஞ்ச பூதங்களினால் ஆன கோட்டை என்பார்கள்.

ஐங்காயக் கோட்டை அது மெய்யென்று உன்பாத
பங்கயம் போற்றாமல் பரிதவித்து நிற்குறேன்டி

என்பது ஞானச் சித்தர்.

புலம் ஐந்து, புள் ஐந்து, புள் சென்று மேயும்
நிலம் ஐந்து, நீர் ஐந்து, நீர்மையும் ஐந்து,
குலம் ஒன்று, கோல்கொண்டு மேய்ப்பான் ஒருவன்
உலம் வந்து போம்வழி ஒன்பது தானே!

என்பது திருமந்திரம். நிலம் என்பது பஞ்ச பூதங்கள், பறவை என்பன ஞானேந்திரியங்கள், புலம் என்பது தன் மாத்திரைகள், நீர் என்பது கன்மேந்திரியங்கள், போம் வழி என்பன ஒன்பது துளைகள்.

ஐம்மலம் - **திரோவம்யிகன்மம்,** மாயை, மாயேயம்.

ஐம்மலத்தாரும் மதித்த சகலத்தர்
ஐம்மலத்தாரும் அருவினைப் பாசத்தார்

என்கிறார் திருமூலர்.

ஐங்குரவர் - மன்னன், ஆசிரியன், தாய், தந்தை, தமையன் என்பவர்.

ஐங்குரவர் ஆணை மறுத்தலும் ஆர்வுற்ற
எஞ்சாத நட்பினுள் பொய்வழக்கும் -
நெஞ்சமர்ந்த
கற்புடையாளைத் துறத்தலும் இம்மூன்றும்
நற்புடையி லாளர் தொழில்

என்பது திரிகடுகம். 'ஐங்குரவர் ஓம்பல்' என்கிறது இன்னிலை!

ஐவகை உணவு - 'ஐவன அடிசில்' என்பது பெரிய புராணம். அவை ஐந்து வகை உணவுகள். மலை நெற் சோறு, புல்லரிசிச் சோறு, மூங்கில் அரிசிச் சோறு, தினைமென் சோறு, வரகரிசிச் சோறு.

ஐயாறு - ஐந்து நதிகள் கூடும் இடம். திருவையாறு என்ற சிவத்தலம். 'ஐயாறு அதனைக் கண்டு தொழுது' என்பது பெரிய புராணம். கர்நாடக சங்கீத மும்மூர்த்திகளில் ஒருவரான தியாகராஜ சுவாமிகள் வாழ்ந்திருந்த இடம். திருவையாற்றில் உறையும் ஈசன் பெயர் ஐயாறப்பர். ஐயாற்று ஈசனைப் பாடும் தேவாரம்பலஉண்டு.ஐயாற்றைவடமொழியில் பஞ்ச நதி என்பார்கள். திருவையாற்று ஈசனைப் பஞ்சநதீசன் என்பாருண்டு. கர்நாடக இசை மரபில் திருவையாற்றையும் பிற பஞ்ச பூதங்களையும் பாடிய முக்கியமான கீர்த்தனைகள் உண்டு.

பூர்ண சந்திரிகா ராகத்தில் பட்டணம் சுப்ரமணியஐயர்இயற்றிய, 'பஞ்சநதீசபாஹி',

பெகாக் ராகத்தில் மழவை சிதம்பர பாரதி இயற்றிய 'பஞ்சநதீசம்',

கேதார கௌளை ராகத்தில் சுந்தரராஜ் இயற்றிய 'பஞ்சநதீசம்',

ராகமாலிகாவில் மைசூர் சதாசிவ ஐயர் இயற்றிய 'பஞ்ச பாணுடு',

கிராணாவளி ராகத்தில் முத்துச்சாமி தீட்சிதர் இயற்றிய 'பஞ்ச பூத கிரணாவளிம்',

மலஹரி ராகத்தில் முத்துச்சாமி தீட்சிதர் இயற்றிய 'பஞ்சமாதங்க முக',

ஹம்ச தீபகம் ராகத்தில் அரிகேச நல்லூர் முத்தையா பாகவதர் இயற்றிய 'பஞ்சவக்ர',

கர்நாடக தேவகாந்தாரி ராகத்தில் முத்துச்சாமி தீட்சிதர் இயற்றிய 'பஞ்சா சத் பீட',

ராமப்ரியா ராகத்தில் பட்டணம் சுப்ரமணிய ஐயர் இயற்றிய 'பஞ்சாபகேச் வரனே' என்பன அவற்றுள் சில.

அஞ்சறைப் பெட்டி	-	சமையலுக்கான வெஞ்சனங்கள் போட்டு வைக்கும் மரப் பெட்டி. மூடியுடன் கூடியது.
ஐங்காயத்தூள்	-	பிரசவத்துக்குப்பின் குழந்தை பெற்ற தாய்க்கு கொடுக்கும் ஐந்து சரக்குகள் கொண்ட மருந்து.
ஐங்காயம்	-	ஏசுநாதர் மேனியில் இருந்த ஐந்து காயங்கள். மலையாளத்தில் 'அஞ்சு திரு முறிவு' என்பர்.
ஐங்காயம்	-	கடுகு, ஓமம், வெந்தயம், உள்ளி, பெருங்காயம்.
ஐங்கூட்டு நெய்	-	ஆமணக்கெண்ணெய், புங்கு எண்ணெய், புன்னைக்காய் எண்ணெய், நல்லெண்ணெய், வேப்ப எண்ணெய் ஆகிய எண்ணெய்களால் கூட்டியது.
ஐங்கூந்தல்	-	ஐம்பாலாகிய கூந்தல்.
ஐங்கோணம்	-	பஞ்ச கோணம். PENTAGON.
ஐங்கணை	-	ஐந்து மலர்களை முனைகளில் கொண்ட காமன் கணை.
ஐங்கணைக் கிழவன்	-	காமன், மன்மதன், பஞ்சசாயகன்.
ஐங்கணை அவத்தை	-	பஞ்ச பாண அவஸ்தை, காம நோயால் உண்டாகும் சுப்ர யோகம், விப்ர யோகம், சோகம், மோகம், மரணம் எனும் ஐவகைத் துன்ப நிலை.

நாஞ்சில்நாடன்

ஐங்கணைவில்லி	-	காமன், 'ஐங்கணை வில்லின் ஆண்மை' பெரிய திருமொழி.
ஐங்கணையோன்	-	காமன், பஞ்சபாணன்.
ஐங்கோலான்	-	ஐங்கணைக் கிழவன், காமன்.
ஐங்கதி	-	பஞ்ச கதி அல்லது அஸ்வ கதி என்பர். குதிரையின் ஐவகையான வேகங்கள். கதி எனில் வேகம். 'கதிக்க நடந்தான்' என்பது வேகமாக நடந்தான் என்பதன் நாஞ்சில் வழக்கு. 'ஐங்கதி நடத்திக் காட்டி' - திருவிளையாடற் புராணம்.
ஐந்தாங்கால்	-	திருமணத்துக்கு ஐந்து நாட்கள் முன்பு நடும் பந்தற்கால்.
ஐந்தாம் வேதம்	-	நான்கு வேதங்களுடன் சேர்ந்து, ஐந்தாவது வேதமாகக் கருதப்படும் பாரதம்.
ஐந்தார்	-	பனை.
ஐந்திணை	-	குறிஞ்சி, முல்லை, மருதம், நெய்தல், பாலை.
ஐந்திணை எழுபது	-	மூவாதியார் இயற்றிய பதினெண்கீழ்க்கணக்கு நூல்.
ஐங்குறுநூறு	-	எட்டுத் தொகை நூல்.
ஐந்துகில் போர்ப்போர்	-	ஐந்து துகில் கொண்டு போர்த்துக் கொள்பவராகிய பௌத்தர்.
ஐந்துண்டி	-	ஐவகை உணவு. கடித்தல், நக்கல், பருகுதல், விழுங்கல், மெல்லல்.
ஐந்துப்பு	-	கறியுப்பு, கல்லுப்பு, வெடியுப்பு, இந்துப்பு, வளையலுப்பு.
ஐந்துபல் நங்கூரம்	-	நங்கூர வகை.
ஐந்துபா	-	வெண்பா, ஆசிரியப்பா, கலிப்பா, வஞ்சிப்பா, மருட்பா.
ஐந்து முகத்தோன்	-	சிவன், பஞ்ச முகன். Functional forms of Shiva.

ஐந்துறுப்பு அடக்கி	-	ஆமை. பஞ்ச ருத்தம். பஞ்ச கூடம். நான்கு கால்களையும் தலையையும் உள்ளே அடக்கிக் கொள்வது.
ஐந்தொகை	-	விழுமுதல், வரவு, செலவு, இருப்பு, ஆதாயம்.
ஐந்தொழில்	-	பஞ்சகிருத்தியம்.
ஐந்தொழிலன்	-	சிவன்.
ஐந்நாட்குளித்தல்	-	பூப்புக்குப் பின், பெண் ஐந்தாம் நாள் தலை முழுகுதல்.
ஐம்படை	-	பஞ்சக்கருவி, பஞ்சாயுதம்.
ஐம்படைத்தாலி	-	சிறுவர் அணிகலன். அரையில் அரைஞாண் கொடியில் கோர்த்து அணிவது.
ஐம்படைப்பருவம்	-	ஐம்படைத்தாலி அணியும் பருவம்.
ஐம்பால்	-	ஆண்பால், பெண்பால், பலர் பால், ஒன்றன்பால், பலவின்பால்.
ஐம்பொன் முடி	-	கொண்டை, குழல், பளிச்சை, முடி, சுருள்.
ஐம்பெருங்குழு	-	மந்திரியர், புரோகிதர், சேனாபதியர், தூதர், சாரணர் அடங்கிய குழு. அரசாட்சியில் முக்கியமான பிறிதோர் குழு 'எண்பேராயம்'. தற்காலத் தமிழ்நாட்டு அரசில் இவ்விரு குழுக்களும் உண்டு. அவர் யாவர், பணிகள் என்ன என்பனவற்றைத் தகவல் அறியும் சட்டத்தின் கீழ் கோரிப் பெற்று இறும்பூது எய்துக.
ஐம்பெரும் பாதகம்	-	கொலை, பொய், களவு, கள் ஊண், குரு நிந்தை எனப்படும் பஞ்சமா பாதகங்கள். பஞ்சக பாதகம்.
ஐம்பொன்	-	பொன், வெள்ளி, செம்பு, இரும்பு, ஈயம் எனும் பஞ்ச லோகங்கள்.
ஐம்மீன்	-	ரோகிணி எனும் நாள்மீன்.
ஐம்முக அஸ்த்திரம்	-	ஐந்து முனைகளைக் கொண்ட அம்பு.

நாஞ்சில்நாடன்

ஐவகைத் தாயார்	-	ஈன்ற தாய், ஊட்டும் தாய், முலை கொடுக்கும் தாய், கைத்தாய், செவிலித்தாய்.
ஐவகை யாகம்	-	கரும யாகம், தவயாகம், செப யாகம், தியான யாகம், ஞான யாகம்.
ஐவகை வினா	-	அறியான் வினா, அறிவொப்புக் காண்டல் வினா, ஐயமறுத்தல் வினா, அவனறிவு தான் தாண்டல் வினா, மெய்யவற்குக் காட்டல் வினா.
ஐவகை வேள்வி	-	கடவுள் வேள்வி, பிரம்ம வேள்வி, பூத வேள்வி, மானுட வேள்வி, தென்புலத்தார் வேள்வி.
ஐவண்ணம்	-	மருதோன்றி. 'மெகந்தி' என்பார் வடநாட்டில்.
ஐவர்	-	பஞ்சபாண்டவர்.
ஐவர்க்குந் தேவி	-	பாஞ்சாலி, திரௌபதி.
ஐவர்ணம்	-	பரவ மகளிரின் ஐவகைக் காலணி. நகமூடி, சலங்கை முன் தாங்கி, மயிலடி, இடைக்காற் பீலி, நகரை மீன்.
ஐவாய் மான்	-	சிங்கம்.
ஐவாய் மிருகம்	-	கரடி.
பஞ்சகிலேசம்	-	அவிச்சை, ஆங்காரம், அவா, ஆசை, கோபம்.
பஞ்சகச்சம்	-	ஆடவர் ஆடையை ஐந்து இடங்களில் செருகி எடுக்கும் வகை.
பஞ்ச கஞ்சுகம்	-	காலம், நியதி, கலை, வித்தை, அராகம் எனும் ஆன்ம தத்துவச் சட்டைகள்.
பஞ்ச கந்தம்	-	1. லவங்கம், ஏலம், கற்பூரம், சாதிக்காய், தக்கோலம் எனும் ஐவகை முக வாசப் பண்டங்கள். 2. உருவம், வேதனை, குறிப்பு, பாவனை, விஞ்ஞானம் எனும் ஐவகை கந்தங்கள்.
பஞ்சக பாத்திரம்	-	பூஜைப் பாத்திரங்கள், பஞ்ச பாத்திரங்கள்.

பஞ்சகம்	-	மிருத்யு பஞ்சகம், அக்கினி பஞ்சகம், ராச பஞ்சகம், சோர பஞ்சகம், ரோக பஞ்சகம்.
பஞ்ச கம்மாளர்	-	தட்டார், கன்னார், சிற்பி, தச்சர், கொல்லர்.
பஞ்சகமம்	-	ஆடா தோடை, சீந்தில், கண்டங்கத்திரி, கையாந்தகரை, பெரும்பலா எனும் மருந்துப் பூடுகள்.
பஞ்ச கர்த்தாக்கள்	-	சிவனின் ஐந்து செயல் வடிவங்கள். பிரமன், விஷ்ணு, ருத்திரன், மகேசுவரன், சதாசிவன்.
பஞ்ச கருவி	-	தோற்கருவி, துளைக்கருவி, நரம்புக் கருவி, கஞ்சக் கருவி, மிடற்றுக் கருவி எனும் இசைக்கருவிகள். பஞ்ச சத்தக் கருவி.
பஞ்ச கல்யாண பூஜை	-	ஜைனர் பூஜை.
பஞ்ச கல்யாணி	-	நாலு கால்களிலும் முகத்திலும் வெண்ணிறம் வாய்ந்த குதிரை.
பஞ்சக நிலை	-	The five spheres of action of five forms of Shiva.
பஞ்ச கவ்யம்	-	பசுவில் இருந்து உண்டாகும் பால், தயிர், நெய், மூத்திரம், சாணம் எனும் ஐந்து பொருட்களை மந்திர பூர்வமாய்ச் சேர்ப்பது.
பஞ்ச கற்பம்	-	கஸ்தூரிமஞ்சள், மிளகு, வேப்பங்கொட்டை, கடுக்காய்த் தோல், நெல்லிப் பருப்பு எனும் ஐவகைப்பண்டங்களால் அரைத்துத் தலையில் பூசுவது.
பஞ்ச காயம்	-	ஐந்து மருந்துப் பொருட்கள். திரிபலை, வெங்காயம், காயம் எனும் ஐவகை மருந்துகள். திரிபலை என்பன மூன்று பொருட்கள்.
பஞ்ச காரகம்	-	காயம், வெள்ளுள்ளி, வெங்காயம், கடுகு, வெந்தயம் எனும் ஐவகைக் காரமான பொருட்கள்.
பஞ்சகால பாராயணர்	-	பகலின் ஐந்து காலங்களிலும் விதித்த கடமைகளைத் தவறாது ஆற்றுபவர்.

பஞ்ச காலம்	-	நாள் என்பது பகல் முப்பது, இரவு முப்பது என அறுபது நாழிகைகள். ஒரு மணிக்கூர் என்பது இரண்டரை நாழிகை. காலம் என்பது ஆறு நாழிகை. பகலில் ஐந்து, இரவில் ஐந்து. பகலில் பிராதக காலம், சங்கவ காலம், மத்தியான காலம், அபரான்ன காலம், சாயங்காலம்.
பஞ்ச காவியம்	-	ஐம்பெருங் காப்பியங்கள்.
பஞ்ச கோசம்	-	ஆன்மாவை மூடிக் கொண்டிருக்கும் ஐவகை கோசங்கள். அன்னமய கோசம், பிராணமய கோசம், மனோமய கோசம், விஞ்ஞானமய கோசம், ஆனந்தமய கோசம்.
பஞ்ச கிருத்தியம்	-	1. கடவுளின் ஐந் தொழில். சிருஷ்டி, திதி, சங்காரம், திரோபவம், அனுக்கிரகம்.
		2. போர்வீரன் ஆயுதங்களுடன் பொருதும் போது செய்யும் ஐவகை செயல்பாடுகள்.
		தொடை, விலக்கு, செலவு, சேமம், தவிர்த்து வினை செய் - சீவக சிந்தாமணி உரை.
பஞ்ச கோலம்	-	சுக்கு, திப்பிலி, திப்பிலி மூலம், செவ்வியம், சித்திர மூலம் எனும் ஐவகைப் பண்டங்களின் கூட்டு.
பஞ்ச கௌடம்	-	ஐம்பகுதி கொண்ட கௌடப் பிரதேசம். சுத்த கௌடம், காளகுப்தம், சாராசுவதம், உற்சவம், மைநிலை.
பஞ்ச சக்தி	-	சிவசக்திகள் ஐந்து. பராசக்தி, ஆதிசக்தி, இச்சாசக்தி, ஞான சக்தி, கிரியா சக்தி.
பஞ்ச சமிதி	-	ஒழுக்கங்கள் ஐவகையானவை. ஆகார சுத்தி, திருப்தி, தவம், அத்யயனம், தெய்வ பக்தி.
பஞ்ச சயனம்	-	ஐவகைப் படுக்கைகள். அன்னத் தூவி, பூ, இலவம் பஞ்சு, கோரை, மயிர். படுக்கையின் ஐந்து தன்மைகள். அழகு, குளிர்ச்சி, மார்த்தவம், பரிமளம், வெண்மை. 'மெத்தென்ற பஞ்ச சயனத்தின் மேலேறி

கொத்தலர் பூங்குழல் நப்பின்னை கொங்கை மேல் வைத்துக் கிடந்த மலர் மார்பா' – திருப்பாவை.

பஞ்ச சரி - ஐந்து சரம் கொண்ட அணிவகை.

பஞ்ச சவனம் - ஐவகைப் பலிகள்.

பஞ்ச சாதனம் - யோகிகளுக்குரிய, ஆசனம், யோகபட்டம், தண்டம், கமண்டலம், செபமாலை ஆகிய ஐந்து சாதனங்கள்.

பஞ்ச சாதாக்கியம் - The five manifestations of shiva. சிவ சாதாக்கியம், அமூர்த்தி சாதாக்கியம், மூர்த்தி சாதாக்கியம், காத்திரு சாதாக்கியம், கன்ம சாதாக்கியம் எனும் ஐவகை சிவபேதங்கள்.

பஞ்ச சிகை - சவரம் பண்ணத் தகாத உச்சி, இரு புருவங்கள், இரு முழங்கைகள்.

பஞ்சசீலம் - பௌத்த ஒழுக்கம். காமம், கொலை, கள், பொய், களவு விலக்கிய வாழ்க்கை.

பஞ்ச சுகந்தம் - பஞ்சவாசம்.

பஞ்ச சுத்தி - பூசைக்கு இன்றி அமையாத ஆத்ம சுத்தி, ஸ்தான சுத்தி, மந்திர சுத்தி, திரவிய சுத்தி, தேவ சுத்தி எனும் ஐவகை சுத்திக் கிரியை. 'பஞ்ச சுத்தி செய்து நின்னைப் பாவித்து பூசை செய்தால்' - பராபரக்கண்ணி, தாயுமானவர்.

பஞ்ச ஆணை - வீட்டில் தற்செயலாய் உயிர்களுக்கு சேதம் விளைவிக்கும் அடுப்பு, அம்மி - குழவி, துடைப்பம், உரல் - உலக்கை, நீர்க்குடம் எனும் ஐவகைப் பொருட்கள்.

பஞ்ச ஞானன் - புத்தர்.

பஞ்ச துரோகம் - ஐவகைத் துரோகங்கள்.

பஞ்ச தசி - அமாவாசை அல்லது பௌர்ணமி.

பஞ்ச தந்திரம் - மித்ர பேதம், சுசிர் லாபம், சந்தி விக்ரகம், அர்த்த நாசம், அசம் பிரேட்சிய சாரித்துவம்

என ஐந்து பகுதிகளாய் தமிழில் மொழி பெயர்க்கப்பட்ட நூல்.

பஞ்சதம் - பஞ்ச பூதங்களும் பிரிந்து தனியாதல். மரணம்.

பஞ்சதரு - சுவர்க்கம் அல்லது இந்திர லோகத்திலுள்ள ஐந்து தெய்வீக மரங்கள். அரிசந்தனம், கற்பகம், சந்தானம், பாரிசாதம், மந்தாரம்.

பஞ்ச தன்மாத்திரை - பஞ்சபூதங்களின் சூட்சும நிலைகள்.

பஞ்சதாரை - 1. குதிரையின் ஐந்து கதிகள். விக்கிதம், வற்கிதம், உபகாண்டம், சிவம், உபசவம் அல்லது மாசவம். ஐவகைக் குதிரை நடை.

'புக்குள் பஞ்ச தாரையொடு' - பழம் பாடல்.

2. சுத்தமான கரும்புச் சருக்கரை.

வீழ் சுவையினம் விரும்பத் தக்கதெனும்
பஞ்ச தாரையினில்

- மாறன் அலங்காரம் உரை.

பஞ்சதாளப் பிரபந்தம் - பஞ்ச தாளத்தால் அமைந்தது.

பஞ்சதாளம் - சிவனது ஐந்து முகத்தினின்றும் உதித்ததாகச் சொல்லப்படும் ஐந்து ஆதார காலப் பிரமாணங்கள். சச்சற்புடம், சாசற்புடம், சட்பிதா புத்ரகம், சம்பத்து வேட்டம், உற்கடிதம் எனும் ஐந்து தாளங்கள்.

பஞ்ச திரவியம் - மலைபடு, காடு படு, நாடு படு, நகர்ப்படு, கடற்படு திரவியங்கள்.

பஞ்சதிராவிடம் - விந்தியத்திற்குத் தெற்கேயுள்ள திராவிடம், ஆந்திரம், கன்னடம், மகாராட்டிரம், கூர்க்கம். இங்கு திராவிடம் எனக் குறிக்கப்படுவது கேரளமும் தமிழகமும்.

பஞ்ச தீர்க்கம் - சாமுத்ரிகா லட்சணப் படியான புயம், கண், வயிறு, மூக்கு, மார்பு எனும் ஐவகை உடலுறுப்புகள்.

பஞ்ச நமஸ்காரம்	-	அருகர், சித்தர், ஆசாரியர், உபாத்தியாயர், சாதுக்கள் என ஐவரையும் முறையே வணங்குதற்குக் குறியாக ஜைன மதத்தில் வழங்கும் அ, சி, ஆ, உ, சா எனும் ஐந்தெழுத்துக்களாலான மந்திரம்.
பஞ்சநிறக்கல்	-	சிலாநாகக்கல்.
பஞ்ச நீராஞ்சனம்	-	விளக்கு, தூபம், தாமரை, சீலை, தளிர் இவற்றைத் தெய்வத்துக்கு முன் சுழற்றியும் தண்டனிட்டும் புரியும் ஐவகைப் பூசனைச் செயல்.
பஞ்சபிரமம்	-	1. 108 உபநிடதங்களில் ஒன்று.
		2. ஈசானம், தற்புருடம், அகோரம், வாமதேவம், சத்தியோகம் எனும் ஐந்து சிவ முகங்கள்.
		3. சிவனது ஐந்து திருமுகம் பற்றிய மந்திரங்கள்.
பஞ்ச பிராணன்	-	உடலின் முக்கியமான ஐந்து வாயுக்கள். பிராணன், அபானன், வியானன், சமானன், உதானன்.
பஞ்ச பசு	-	கோமாதாக்கள் ஐவர்.
பஞ்சபட்சி	-	வல்லூறு, ஆந்தை, காகம், கோழி, மயில்.
பஞ்சபட்சிக் காதல்	-	பஞ்ச பட்சிகளின் ஒலி கொண்டு குறி சொல்லுதல்.
பஞ்ச பட்சி சாஸ்த்திரம்	-	பஞ்ச பட்சிகளைக் கொண்டு குறி சொல்லும் சாஸ்த்திரம்.
பஞ்சபட்சிய பரமான்னம்	-	உண்பன, தின்பன, பருகுவன, நக்குவன, மெல்லுவன எனஐந்தரத்துப் பொருட்களால் படைக்கும் உணவு.
பஞ்ச பட்சி வேளை	-	பஞ்ச பட்சிகளால் குறியறியும் நேரம். அமாவாசை - பூர்ணிமைகளின் இடையே

	-	பஞ்ச பட்சிகளின் உண்டி, துயில், நடை, அரசு, சாவுகளில் இருந்தும் அறியும் குறி.
பஞ்ச பர்வம்	-	மாதத்தின் சிறப்பான ஐந்து நாட்கள்.
பஞ்சபரமேட்டிகள்	-	அடுகர், சித்தர், ஆசாரியர், உபாத்தியாயர், தாதுக்கள் எனும் ஐவகை ஜைன சமயப் பெரியார்.
பஞ்ச பரிவர்த்தனை	-	கருமம், அவிச்சை, வாசனை, ருசி, மாய சம்மந்தம் எனும் ஐவகையான மாறி வரும் விடயங்கள்.
பஞ்ச பல்லவம்	-	பூசைக்குரிய ஆத்தி, மா, முட்கிளுவை, முல்லை, வில்வம் எனும் ஐந்தின் தளிர்கள்.
பஞ்ச பலோதகம்	-	எலுமிச்சை, நாரத்தை, தமரத்தை, கொழுஞ்சி, மாதுளை எனும் ஐவகைப் பழங்களின் சாறு.
பஞ்சபட்சிப் பாஷாணம்	-	வைப்புப் பாஷாண வகை.
பஞ்ச பாணவச் செயல்	-	மன்மதனது பஞ்ச பாணப் பிரயோகத்தால் உண்டாகும் உன்மத்தம், மதனம், மோகனம், சந்தாபம், வசீகரணம்.
பஞ்சபாத்திரம்	-	பூசையில் உபயோகமாகும் பாத்திரங்கள். அர்க்கியம், ஸ்நாநீயம், சுத்தோதகம் ஆகிய வற்றுக்கு உபயோகப்படும் நீர் வட்டில்.
பஞ்சபாரதீபம்	-	நாரத முனிவர் இயற்றியதாகக் கருதப்படும் இசைத்தமிழ் நூல்.
பஞ்சபூதச் சரக்கு	-	தாளகம், வீரம், கௌரி, வெள்ளை, லிங்கம் எனும் ஐவகை மருந்துச் சரக்குகள்.
பஞ்ச பேதி	-	அன்ன பேதி, சந்திர பேதி, தாம பேதி, பரிச பேதி, மாங்கிரபேதி எனஐவகை நெகிழ்த்தும் பொருட்கள். Five types of solvents.
பஞ்ச மகாயாகம்	-	இல்லறத்தோன் நாளும் செய்வதற்குரிய பிரமயாகம், தெய்வ யாகம், பூதயாகம்,

		பிதிர்யாகம், மானுடயாகம், எனும் ஐவகை வேள்வி.
பஞ்சமர்	-	நால்வகை வருணத்துக்குப் புறம்பான வருணத்தவர்.
பஞ்சமலம்	-	ஆணவம், கன்மம், மாயை, மாயேயம், திரோதானம் எனும் ஐவகை மலங்கள்.
பஞ்சமுக முத்திரை	-	இரு கைகளிலும் உள்ள ஆட்காட்டி விரல், பெரு விரல், நடு விரல், சிறுவிரல்களைத் தம்முள் சேர்த்துப் பிடித்தபின், மோதிர விரல்களை நடுவே நிமிர்த்திக் காட்டும் முத்திரை வகை.
பஞ்சமுக வாத்தியம்	-	ஐந்து முகங்களைக் கொண்ட தோல் வாத்தியம்.
பஞ்சமுத்திரை	-	1. பாதகங்களில் காணப்படும் பதுமம், சங்கம், மகரம், சக்கரம், தண்டம் எனும் ஐந்துவகை அடையாளம்.
		2. திருநீறு, உருத்திராக்கம், பூணூல், உத்தரீயம், உட்டிணீடம் என ஆச்சாரியர்க்கு உரிய அடையாளங்கள்.
பஞ்சமூர்த்தி	-	1. சதா சிவன், மகேசுவரன், உருத்திரன், விஷ்ணு, பிரம்மன் எனும் சிவமூர்த்தங்கள்.
		2. விநாயகன், முருகன், சிவன், உமை, சண்டேசுவரன்.
பஞ்சமூலம்	-	பெரும் பஞ்ச மூலம், சிறுபஞ்ச மூலம் என்று இருநிறமான ஐவகை வேர்கள்.
பஞ்சமூலி	-	வெள்ளெருக்கு, மாவிலங்கம், சித்திர மூலம், வாலுளுவை, முருங்கை எனும் ஐவகை மருந்துச் சரக்கு.
பஞ்சமேளம்	-	சாவில் வழங்கும் சங்கு, ஜாலர், தவுல், மத்தளம், பம்பை எனும் வாத்தியங்கள். சாப்பறை.

பஞ்சரத்தினம்	-	செம்மணி, முத்து, வைடூரியம், வைரம், பச்சை, நீலம்.
பஞ்சலட்சணம்	-	ஐவகைத் தமிழ் இலக்கணம். எழுத்து, சொல், பொருள், யாப்பு, அணி.
பஞ்ச லவணம்	-	ஐவகை உப்பு. காச லவணம், பிடா லவணம், சயிந்தவ லவணம், சவ்வர்ச்சல லவணம், சமுத்திர லவணம்.
பஞ்சலாங்கல தானம்	-	ஐந்து ஏர்களை நிலத்துடன் அந்தணர்க்கு உதவும் தானம்.
பஞ்சலிங்கம்	-	ப்ருத்விலிங்கம், அப்புலிங்கம், தேயுலிங்கம், வாயுலிங்கம், ஆகாச லிங்கம்.
பஞ்ச அமுது	-	பஞ்சாமிர்தம். வாழைப்பழம், தேன், சர்க்கரை, நெய், திராட்சை இவற்றின் கலவை.
பஞ்சவர்ணக்கிளி	-	கிளி வகை.
பஞ்சவர்ணம்	-	வெள்ளை, கறுப்பு, சிவப்பு, மஞ்சள், பச்சை.
பஞ்சவர் தூதன்	-	பாண்டவர் தூதன். கண்ணன்.
பஞ்சவற்கலம்	-	அத்தி, அரசு, ஆல், பூவரசு, வேல மரங்களின் பட்டை.
பஞ்சவாசனம்	-	ஐவகை ஆசனங்கள். அனந்தாசனம், கூர்மாசனம், சிங்காசனம், பத்மாசனம், யோகாசனம்.
பஞ்சவாயுக்கள்	-	கிருகரன், கூர்மன், தனஞ்சயன், தேவதத்தன், நாகன் எனும் ஐவகை உடல் வாயுக்கள்.
பஞ்சவில்வம்	-	வில்வம், நொச்சி, மாவிலங்கை, முட்கிளுவை, விளா மரங்கள் அல்லது செடிகள்.
பஞ்சாக்னி	-	1. தவம் செய்வோர் தன்னைச் சுற்றி நான்கு திசைகளிலும் மூட்டிய நான்கு அக்கினியும் மேலே காயும் சூரியனும்.
		2. ராகம், வெகுளி, காமம், சடம், தீபனம் எனும் ஐவகை தேகாக்னி.

3. உதராக்கினி, சூரிய தாபாக்கினி, இதவாக்கினி, நிதாக காலாக்கினி, ரவி காந்தாக்கினி எனும் ஐவகை தேகாக்கினி.

4. வயிற்றுத் தீயைக் கிளர்த்தும் ஐந்து மருந்துகள். சுக்கு, மிளகு, திப்பிலி, சீரகம், ஏலம்.

பஞ்சாக்கினிக் கொடி - வேலிப் பருத்தி, காட்டுக் கருணை, மரல், புளி நறளை, நறளைக் கிழங்கு எனும் ஐவகைக் கொடிகள்.

பஞ்சாங்கம் - திதி, வாரம், நட்சத்திரம், யோகம், கரணம் எனும் ஐந்து உறுப்புகளுடைய காலக்குறிப்பு நூல்.

பஞ்ச அமிலம் - இலந்தை, மாதுளை, புளியாரை, நெல்லி, எலுமிச்சை எனும் புளிப்புச் சுவையுள்ள மரங்கள்.

பஞ்சாயுத பாணி - திருமால். ஐவகை ஆயுதங்கள் தரித்தவன். சங்கம், சக்கரம், கதை, சாரங்கம், கட்கம்.

பாழியந் தோளுடைப் பத்மநாபன் கையில்
ஆழிபோல் மின்னி, வலம்புரிபோல்
               நின்றதிர்ந்து
தாழாதே சார்ங்கம் உதைத்த சரமழை போல்

என்பது ஆண்டாள் திருப்பாவை.

பஞ்சாரை - பஞ்ச தாரை. சுத்தப்படுத்தப்பட்ட கரும்புச் சர்க்கரை. மலையாளத்தில் பஞ்சாரை, பஞ்ச சாரை என்பன இன்றும் சீனிக்கு மாற்றுச் சொற்கள்.

பஞ்சான்மா - அந்தரான்மா, சீவான்மா, தத்துவான்மா, பூதான்மா, மந்திர ஆன்மா என ஐவகை ஆன்மாக்கள்.

பஞ்சா - Clutch. Grasp of the hand. கைப்பிடி. Hand with five fingers extended. நீட்டிய விரல் கை.

பஞ்சாக்கரப் பஃறொடை - பண்டார சாத்திரத்தினுள் பின்வேலப்ப தேசிகர் இயற்றிய நூல்.

பஞ்சாகிக சுரம் - ஐந்து நாளுக்கு ஒருமுறை வரும் காய்ச்சல்.

பஞ்சாக்கக்காரன் - சோதிடன், பஞ்சாங்கி. பார்ப்பனர் அல்லா தவரின் புரோகிதன்.

பஞ்சாங்க சிரவணம் - வருடப் பிறப்பன்று புதுப் பஞ்சாங்க பலன் கேட்கும் சடங்கு.

பஞ்சாங்கம் சொல்லுதல் - அன்றன்று திதி, வார, நட்சத்திர, யோக கரணங்களை அறிவித்தல்.

பஞ்சாங்க நமஸ்காரம் - முழங்கால்கள், கைகள், தலை ஆகிய ஐந்து உறுப்புகள் நிலம்பட வணங்குதல். இஃதே போல் அஷ்டாங்க, சர்வாங்க நமஸ்காரங்கள்.

பஞ்சாச்சரியம் - Five heavenly wonders. அருகக் கடவுளின் பொருட்டு நிகழும் அற்புதங்கள்.

கனக வர்ஷம், புஷ்ப வர்ஷம், மந்தமாருதம், சுபகோஷம், தேவ துந்துபி எனும் ஐந்து அற்புத நிகழ்ச்சிகள்.

பஞ்சா சத் - ஐம்பது.

பஞ்சாசயம் - உடலின் உட்புறத்திலுள்ள ஆமா சயம், இரத்தா சயம், கர்ப்பா சயம், சலா சயம், மலா சயம் எனும் ஐந்து உறுப்புகள்.

பஞ்சாசாரியார் - கோயில் அர்ச்சகர்.

பஞ்சாட்சரக் காவடி - விபூதிக் காவடி.

பஞ்சாட்சரக் கோயில் - விபூதிப் பை.

பஞ்சாட்சரம் - சிவனை அதி தெய்வமாகக் கொண்ட 'ந ம சி வா ய' எனும் ஐந்தெழுத்து மந்திரம். பஞ்சக்கரம்.

பஞ்சாதி - பெரும்பாலும் தனித்தனியாக ஐம்பது சொற்கள் கொண்ட யஜுர் வேதப் பகுதி.

பஞ்சாமிர்தம்	-	வாழைப்பழம், தேன், சர்க்கரை, நெய், திராட்சை ஆகிய பண்டங்களால் ஆன அபிஷேகப் பொருள்.
பஞ்சாயத்து	-	ஐவர் கூடி விசாரிக்கும் நியாய சபை. பஞ்சாயம். இதனடியில் பிறந்த சொல்லே, கட்டப் பஞ்சாயத்து.
பஞ்சாயுதம்	-	சங்கம், சக்கரம், கதை, சாரங்கம், கட்கம் என்ற திருமாலின் ஐந்து வகை ஆயுதங்கள்.
பஞ்சார்க்கம்	-	தூமம், விதி பாதம், இந்திர தனு, பரிவேடம், கேது எனும் ஐந்து கரந்து உறையும் கோள்கள்.
பஞ்சாருட பத்திரம்	-	கொடுத்தவன், வாங்கியவன், இரு சாட்சிகள், எழுதியவன் ஆகியோர் கையொப்பம் இட்ட பத்திரம்.
பஞ்சாவத்தை	-	The five states of the soul.
பஞ்சா வயவம்	-	தர்க்க சாஸ்திரத்தில் வரும் மேற்கோள், ஏது, எடுத்துக்காட்டு, உபநயம், நிகமம் என்பன.
பஞ்சாவரணம்	-	இலிங்க பீடத்தின் ஐவகை உறுப்பு. தளம், தளாக்கிரமம், பீடத்தின் கண்டம், கீழ்ப்பீடம், ஆதார சிலை.
பஞ்சாளர்	-	பஞ்ச கம்மாளர்.
பஞ்சானை முரசு	-	ஐவகை முரசு.
பஞ்சேந்திரியம்	-	மெய், வாய், கண், மூக்கு, செவி எனும் ஐம்பொறிகள்.

நானொரு பஞ்சப் பரதேசி போலத் தேடியதில் இவ்வண்ணம் அலைந்து கொண்டிருந்த அஞ்சும் ஐந்தும் பஞ்சமும் கண்ணிற் பட்டன. பஞ்ச பட்சணம், பஞ்ச பதார்த்தம், ஐந்து திரி எரியும் பஞ்ச முக விளக்கு, பஞ்ச முக அக்கினி, பஞ்சமுக ஆஞ்சநேயன், பஞ்ச முக உருத்திராக்கம் என்பன சிலவும், நாஞ்சில் நாட்டு விவசாயி கன்னிப் பூவில் பொடிப்பருவம் எடுத்து சம்பா விதைத்து மரமடிக்கும் ஐந்தாங் கொம்பு மரம், கேரளத்துக் கௌரவமான பஞ்ச வாத்தியம் என மேலும் சிலவும் தேடினால் கிடைக்கும்.

மேலும் நூற்றுக் கணக்கான தகவற் குறிப்புகள் மக்களிடம் விரவிக் கிடக்கின்றன. உடனே ஞாபகத்துக்கு வரும் புதிய சேர்க்கை ஐந்தமிழ் எனும் சொல்லும் ஐந்தமிழ் அறிஞர் என்று ஆலையில்லா ஊரின் இலுப்பைப் பூ சர்க்கரையும். ஐந்தாம் படை என்பார்கள் இதை நான் எழுதும்போது.

'பஞ்சப்படி'க்குக் காத்துக் கிடக்கும் நேரம் போக, ஒழிந்த வேளையில், தமிழ்த்துறை அறிஞர்கள் இவைபற்றி எத்தனையோ யோசிக்கலாம்.

தமிழினி,
ஏப்ரல் 2009

6. அறுமுகம்

இந்தக் கட்டுரைக்கு உண்மையில் சஷ்டி எனத் தலைப்பு வைத்திருக்கலாம். அல்லது அதன் தமிழ் வடிவமான சட்டி என்று. சட்டி என்பதை மண்சட்டி, கற்சட்டி, இரும்புச் சட்டி எனப் பொருள் கொள வாய்ப்புண்டு என்பதை நான் அறிவேன்.

ஸ,ஷ,ஜ,க்ஷ,ஹ,ஶ்ரீ என்று தமிழன் கண்டுபிடித்த, தமிழ் வரிவடிவத்தில் அமைந்த,வடமொழி எழுத்துக்களின் உச்சரிப்புக்கு இணையான, மேற்சொன்ன ஆறு எழுத்துக்களும் நான் பாலபாடத்தில் கற்றவை. தூய தமிழாக்கம் எனும் பெயரில் மிகுந்த தன்னலமிக்க இயக்கச் செயல்பாடுகளின் காரணமாக இவ்வெழுத்துக்கள் பாடத் திட்டத்தில் இருந்து அகற்றப்பட்டன. இன்று இவ்வெழுத்துக்கள் தீண்டத்தகாதன. இவற்றை எழுதுவது குற்றம்,உச்சரிப்பது பிழை, தாங்குவது துரோகம்.

ஆனால் பாலபாடத்தை மறுபடி படிப்பது சாத்தியமில்லை என்பதாலும் எழுத்தை மாற்றிப் போடும்போது தொனி சேதமுறுகிறது என்பதாலும், தமிழைச் செம்மைப்படுத்திய சொற்களை வடிகட்டி வெளியே வீசவேண்டிய அவசியம் பற்றிய கேள்வி இருப்பதாலும், யாம் இவற்றைத் தொடர்ந்து பயன்படுத்துவதில் எந்தக் குற்ற உணர்வும் கொள்வதில்லை.

அதைவிடத் தமிழுக்கு அத்தியாவசியமான காரியங்கள் ஆயிரம் உண்டு. இதுவரை தமிழில் தொகுக்கப் பெற்ற சொற்கள் ஏறத்தாழ இலட்சத்து முப்பதாயிரம் இருக்கும். எனில், தொகுக்கப்பெறாத சொற்கள் இன்னும் பல இலட்சங்கள் மக்களின் பிராந்திய மொழிகளில் உண்டு. இதில் இருபத்தேழு மொழிகளின் சொற்களாகத் தமிழில் வந்து சேர்ந்திருக்கும் இருபதினாயிரம் சொற்களை உடனடியாக

வடிகட்டி வெளித்தள்ள வேண்டிய முயற்சிகளில் வெகுவாக ஈடுபட்டு வருகிறார்கள். எடுத்துக்காட்டுக்கு சப்தம் என்றும், சத்தம் என்றும் வடமொழியில் இருந்து வந்து சேர்ந்திருக்கும் சொற்களை வெளியேற்றி விட்டு மறுவேலை பார்க்க இயலுமா? தனிமனித வெறுப்பு, தனி இனக் காழ்ப்பு எவ்வாறெல்லாம் செயல்பட முடியும் என்பதற்கு இந்த ஆறு எழுத்துக்களின் மீது காட்டப்படும் அநீதி ஒரு எடுத்துக்காட்டு.

ஸ்டாலின் என்று எழுதலாம் ஆனால் ராஜாஜி என்று எழுதலாகாது. காரல் மார்க்ஸ் என்று எழுதலாம் ஆனால் கிருஷ்ணன் என்று எழுதலாகாது. ஹனீஃபா என்பவர் அனீபாவாக வேண்டும். மொஹம்மது என்பவர் முகமது ஆகக்கடவது, ஆனால் 'திம்ஸ்கட்ட' எனப் பாட்டெழுதிப் பரிசு வாங்கலாம்.

எல்லா மொழிகளிலும் அனைத்து ஓசைகளுக்கும் சொல் இருக்க வேண்டும் என்பது கட்டாயமில்லை. இல்லாவிட்டால், கண்டுபிடித்து வைத்துக்கொள்வது மொழி வளர்ச்சிக்கு எதிரான காரியம் அல்ல. மொழியை வேரோடும் வேரடி மண்ணோடும் தமது சுயநலத்துக்காக அழிக்க விடாமுயற்சி செய்பவர்கள், மொழிக்காவலர் என்று வண்ணத் துண்டுகளையும் போர்த்திக் கொள்கிறார்கள். சொந்த மக்கள், பேரர் எனில் ஒரு நீதி, பொது மனிதன் எனில் வேறொரு நீதி. நடந்து காட்டாத நாடுவாழிகளை எங்ஙனம் நம்புவது? இங்கு 'நாடுவாழி' எனும் மலையாளச் சொல்லை, குறுநில மன்னன் எனும் பொருளில் வேண்டும் என்றேதான் கையாள்கிறேன். நமக்குப் போதிக்க என முன் வரிசையில் நிற்பவர் தம் வாரிசுகள் இந்தியும் பிரஞ்சும் ஜெர்மனியும் ஆங்கிலக் கான்வென்ட் கல்வியும் பெறுகின்றனர். தமிழ் தட்டுத் தடுமாறிப் பேசுகின்றனர். அதுபற்றி அரசியல் தலைமை, சமூகத் தலைமை கவல்தில்லை. ஆனால் எனது முப்பாட்டன், பாட்டன், அப்பன் வைத்த பெயரை, எனது சம்மதம் பெறாமலேயே திருத்த வருகிறார்கள். நாம் கால்களை அகல விரித்துக் கொண்டு காத்துக் கிடப்போம் வன்புணர்ச்சியை அனுமதித்துக் கொண்டும் அனுபவித்துக் கொண்டும்.

உலகப் பாம்புகள் யாவும் 'ஸ் ஸ்...' என்றுதான் சீறுகின்றன. 'சு' என்று சீறுவதில்லை. பசுவும் எருமையும் 'ம்மாஹ்' எனக் கத்துகின்றனவே அன்றி, இலக்கண சுத்தமாக நேர், நேர் வெண்சீரில் 'அம்மா' எனக் கத்துவதில்லை.

எழுத்து என்பதும், சொல் என்பதும், மொழி என்பதும் ஓரிரவில் ஒரு தனி மனிதனால் உருவாகி வந்ததில்லை. ஆங்கிலத்தில் ஒரே R எனில் நம்மிடம் ரகரமும் றகரமும் உண்டு. ஆங்கிலத்தில் 26 எழுத்துக்கள் எனில் நம்மிடம் 247.

ங், ங தவிர்த்து ங வரிசைச் சொற்கள் எத்தனை உண்டு நமது நடைமுறையில்? இலக்கியங்களில் இருந்து எத்தனை மேற்கோள்கள் காட்டிவிட இயலும்? எனில் ஏனிந்த 'ங' ப்போல் வளை? எமக்கு, எம் மூதாதையர் மூலம் கிடைத்திருக்கும் செல்வத்தை, அற்ப அரசியல் சமூகக் காழ்ப்புக்களுக்காக ஏன் பலி செய்ய வேண்டும்.?

மாம்ஸ்ம், மச்சான்ஸ்ம் அதிகாரம் படைத்தவரின் சினிமாக்களில் தொலைக்காட்சிகளில், பருவ இதழ்களில் பண்பாட்டுக் கூறுகளாகப் போற்றப்படலாம். ஆனால் கூலிக்காரன் பிள்ளைகள் பஸ்சில் போகவோ, ஆஸ்பத்திரிக்குப் போகவோ கூடாது. எனில், மலையாளிகள் சொல்வது போல இதென்ன வெள்ளரிக்காய் பட்டணமா?

தமிழில் கலந்துள்ள சொற்களில் பாரசீகம் நமக்கு சம்மதம், ஆங்கிலமோ நமது இரண்டாவது தாய்மொழி. சீனம், பிராகிருதம், உருது, அரபி, பிரஞ்சு, போர்ச்சுக்கீசியம் சிறிய அளவில்தான் எனவே பொருட்படுத்தத் தேவையில்லை. ஆனால் சமஸ்கிருதம் எனில் குலப் பகை. தத்துவப் பேராசிரியர், கொடு மலையாளக் குடியிருப்புடையோன், மனோன்மணீயம் சுந்தரம் பிள்ளையின் மொழி வாழ்த்து,

ஆரியம் போல் உலக வழக்கு அழிந்து ஒழிந்து சிதையா உன்
சீரிளமைத் திறன் வியந்து செயல் மறந்து வாழ்த்துதுமே!

பக்கத்து வீட்டுக்காரியைப் போல், பக்கவாதத்தில் விழாமல் ஓடியாடித் திரிவாயாக என எங்காவது வாழ்த்துவார்களா? சிலகாலம் அரசியல் செல்வாக்கோடு வாழ்ந்த இரண்டு சதமானம் பார்ப்பானிடம் எழுந்த விரோதம், செம்மையானதோர் மொழி மீது படர்ந்ததை வரலாறு போலக் காண்கிறோம் நாம்.

சத்த என்பது பிராகிருதம் என்றும் சப்தம் என்பது வடமொழி என்றும் சத்தம் அவற்றின் பிறப்பு என்றும் பேரறிஞர்கள் கூறுகிறார்கள். நமது மொழியிலிருந்து சத்தத்தை நீக்கிவிட இயலுமா? மாற்றுச் சொல் என்ன, ஒலியா, ஓசையா?

ஊரில் பழமொழிகள் சொல்வார்கள் வேலையற்ற நாவிதன் கழுதையைப் போட்டுச் சிரைத்தான் என்று. மரத்தடியில் பட்டறை போட்டு, தொழில் இல்லாமல் வாடி இருந்த கொல்லனிடம் குரங்கு சொன்னதாம் தன் குறிக்கு ஒரு பூண் செய்து போடு என.

இரண்டு சதவீதம் பார்ப்பனரை அஞ்சி இன்றும் படுக்கையில் மூத்திரம் பெய்வது ஆரோக்கியமான நிலைப்பாடு அல்ல. யாம் எஞ்ஞான்றும் பார்ப்பனரை அஞ்சியவரும் அல்ல. எனது இந்த

மொழிதல் என்மீது எம்முத்திரையைக் கொண்டு வந்து சேர்க்கும் என்பதை யோசிக்காமல் நானிதை எழுதவில்லை. வையாபுரிப் பிள்ளைக்கும் தெ.பொ. மீனாட்சி சுந்தரத்துக்கும் கிடைத்த பட்டங்களை நாம் அறிய மாட்டோமா?

ஆகவே, துணிந்து அட்டம், சப்தம், அறுமுகம் என்று எழுதத்தலைப்படுகிறேன். சட் என்றாலும் சண் என்றாலும் ஆறு என்று பொருள். ஆறு என்பதை நாம் அறு எனவும் பயன்படுத்தினோம். ஆறின் சிறப்புக்களைத் தொகுத்தளிப்பது எனது வேலையே அன்றி, அஃது எமது கண்டு பிடிப்புக்களல்ல.

வடமொழியில்எழுதப்பட்டதால்காளிதாசனையும்வால்மீகியையும் வியாசனையும் நாம் வெறுத்து ஒதுக்க இயலுமா? அங்ஙனம் வெறுத்து ஒதுக்குவதன் மூலம் தமிழைக் காத்துவிடக் கூடுமா?

சங்க இலக்கியங்களில் பெருங்காப்பியங்களில், நீதி நூற்களில், நாலாயிரத்தில், பன்னிரு திருமுறைகளில், கம்பனில் வடமொழியின் செல்வாக்கு இருப்பதன் காரணமாகவா இன்று தமிழ் வாழப் போராடி வருகிறது. அல்லது தமிழை வளர்க்க, காக்க என்று மலர் மகுடமும் தங்கவாளும் தாங்கியவர்களின் சுயநலத்தால், நேர்மைக் குறைவால், கிட்டப் பார்வையால், திறமை இன்மையால் தமிழ் மூச்சுத் திணறிக் கொண்டிருக்கிறதா?

திறந்த மனத்துடன் நாம் ஆராய வேண்டும். தமிழ்த்துரோகி எனப் பட்டம் சூட்டிப் பயனில்லை.

பழையன கழிதலும் புதியன புகுதலும்
வழுவல கால வகையி னானே!

எனும் நன்னூல் சூத்திரத்தை என்ன செய்ய இயலும்?

மொழிக்கு மட்டுமே இந்த சுத்தப் படுத்துதலா? இரண்டாயிரம் ஆண்டுகளுக்கும் முந்தி, நமது பண்பாட்டில் வந்து சேர்ந்துள்ள காய், கனி, கிழங்கு, மலர் இவற்றை என்ன செய்யப் போகிறோம்? மருத்துவத்தை என்ன செய்யப் போகிறோம். சித்தமும் ஆயுர் வேதமும் மாத்திரம் போதுமா? இந்துஸ்தானி வேண்டாம், பாப் வேண்டாம், ஆப்ரிக்க இசை வேண்டாம், அரபி இசை, சீன இசை வேண்டாம் என்று தள்ளிவிடலாமா? விஞ்ஞான, தொழில்நுட்ப ஆதாயங்களை என்ன செய்யலாம்?

தமிழ், தமிழ் வாழ்க என மேடைகளில் முழங்குபவரைவிட நமது தமிழ்ப்பற்று இரண்டாம் தரத்ததா?

வடமொழி, ஆரியம் என அடுக்கு மொழி பேசும் இனத் தலைவர் பிள்ளைகள் எதற்கு ஆங்கிலம், பிரஞ்சு, இந்தி கற்கின்றனர்? புட்பமும், சப்தமும், சந்தனமும், முகமும் எம்மொழியை என்றும் அழித்து விடாது எனும் உறுதியில் இந்தக் கட்டுரையை நான் முன்னெடுத்துச் செல்கிறேன். எச்சரிக்கையாக இருக்கவேண்டியது உட்பகையிடம்தான் என்பதும் எனது உறுதி. இனிச் சில சொற்களின் பட்டியல்.

அறுமுகனம் - தவில், தப்பட்டை, மகுடம், செண்டை முரசு, தண்ணுமை, மத்தளம், உடுக்கு, பறை போன்ற முப்பதுக்கும் மேற்பட்ட தோற்கருவிகள் பழந்தமிழ் இசையில் பயன்பட்டு வந்தன. பல இன்று இறந்துவிட்டன. பஞ்சமுகவாத்தியம், சுத்த மத்தளம் போன்றவை மறைந்து வருகின்றன. கிணை, தடாரி முதலியன மறைந்தே விட்டன. புதுச்சேரி பாரதியார் பல்கலைக்கூடத்தின் மிருதங்கவிரிவுரையாளர் எஸ். கோபகுமார் 'அறுமுகனம்' எனும் புதிய தோல் வாத்தியத்தை உருவாக்கி யுள்ளார். அவர் கூறும் தகவல்கள்:

ஒரு முகம்	: கஞ்சிரா
இரு முகம்	: மிருதங்கம்
மூன்று முகம்	: புஷ்கரம்
நான் முகம்	: முரசும் பம்பையும்
ஐம்முகம்	: பஞ்சமுக வாத்தியம்
அறுமுகனம்	: அவர் உருவாக்கியுள்ள வாத்தியம்
ஆதாரம்	: அமுதசுரபி, செப்டம்பர் 2008.

அறுபகை - காமம், குரோதம், உலோபம், மோகம், மதம், மாற்சரியம்.

அறுவகை நிலை - வைணவம், சமநிலை, வைசாகம், மண்டலம், வீடம், பிரத்யாபீடம்.

அறுபடை	-	மூலப்படை, கூலிப்படை, நாட்டுப்படை, காட்டுப்படை, துணைப்படை, பகைப்படை.
அறுமுறை வாழ்த்து	-	முனிவர், பார்ப்பார், ஆநிரை, மழை, முடியுடை வேந்தர், உலகு என ஆறினையும் கூறும் வாழ்த்து.
அறுமுகன்	-	ஆறுமுகம். அறுமுகம் என்பதோர் தமிழ்ச் சமயத் தத்துவம். முருகன் என்பதும் தமிழ். **மருவிய மயிலின் அறுமுகன் இவனோ?** எனத் தொண்டரடிப் பொடியாழ்வாரின் திருப்பள்ளி எழுச்சி பாடுகிறது. **அறுசுடர் முகங்கண்டு விழிக்கின்பமாகுதே!** என்பது பாரதி, ஆறு முகத்துடன் இருந்த சிவனின் நெற்றி விழிகள் ஆறிலும் இருந்து சிதறிய பொறி களில் உருவான, கார்த்திகைப் பெண்டிர் முலையூட்டிய திருஉரு, அறுமுகன்.
அறுபடைவீடு	-	அறுமுகனின் ஆறு படை வீடுகள். அதில் பழமுதிர்ச் சோலை என்பது ஹசன் மங்களூர் பாதையில் இருக்கும் சுப்ரமண்யா என்றும் இங்குதான் முருகன் நின்ற யோக நிலையில் சமாதியானான் என்றும் கூறுவார் பன்மொழிப் புலவர் கா. அப்பாத்துரைப்பிள்ளை.
ஆறு எழுத்து	-	'சரவணபவ' எனும் சடாட்சரம். ஆறெழுத்து என சங்க இலக்கியம் கையாள்கிறது. ஐந்தெழுத்து என்பதும் பஞ்சாட்சரம் என்பதும் 'நமசிவாய!'
அறுகுணன்	-	சிவன்.
அறுகுமிழ்வட்டம்	-	கேடகம், கேடயம்.
அறுகால்	-	பாம்பு, காலற்றது என்று பொருள்.
அறு தொழிலாளர்	-	மறையவர் செய்யும் தொழில்கள் ஆறு. 'அறு தொழிலார் நூல் மறப்பர்' குறள்.

அறுபதம் - வண்டு. நாலாயிரத் திவ்யப் பிரபந்தமும் சங்கச்செய்யுளும் அறுபதம் என்று வண்டினைக் குறிக்கிறது. இதை அறுகாற் பறவை என்பதும் உண்டு.

அறுமீன் - கையாந்தகரை எனும் கீரை. கார்த்திகை, ரோகிணி.

அறுவாய் - கார்த்திகை.

அறுமீன் காதலன் - ''குமரன், அறுமுகன், குறிஞ்சி வேந்தன், அமரசேனாதிபதி, ஆண்டலைக் கொடியோன், சேந்தன், உமைமகன், சேய்குவன், வள்ளி காந்தன், தெய்வயானைக்கணவன், அரன்மகன், அறுமீன் காதலன், விசாகன், சரவண பவன், வேள் தாருகற் செற்றோன், முருகன், மஞ்ஞை ஊர்தி, முருகு, மால் மருகன், கடம்பன், மாரவேள் மைத்துனன், கந்தன், துடியன், கலையுணர் புலவன், தந்தனுக்கு இளையோன், சண்முகன், சிலம்பன், வாகுலேயன், வானகர் காத்தோன், பாகு, படவரைஎறிந்தோன், பாவகி, செவ்வேள், சூர்ப்பகை செட்டி, சுரேசன், வைவேற்கிறைவன், வாரணத்துவசனே'' - அபிதான மணிமாலை.

அறுசமயம் - சண்மதம். சைவம், வைணவம், சாத்தம், சௌரம், காணபத்யம், கௌமாரம், - அபிதான சிந்தாமணி.

ஆறு சமயமும் கண்டவர் கண்டிலர்
ஆறுசமயப் பொருளும் அவனவன்
தேறு மின் தேறித் தெளிமின் தெளிந்தபின்
மாறுதலின்றி மனை புகலாமே

- திருமூலர்

ஆறெழுத்தாவது ஆறு சமயங்கள்

- திருமூலர்

அறுவர் தம் நூலும் அறிந்துணர்வு பற்றி

- ஏலாதி

ஆறு குறி	- கண்ணின் குறி, மூக்கின் குறி, மெய்யின் குறி, செவியின்குறி, நாவின் குறி, மனத்தோடு எண்ணும் குறி.
	- நீலகேசி
அறுவகைக் காயங்கள்	- ஐம்பொறிகள், மனம்.

அறுவகைக் காயங்களை அருள்
மிக்குற்று ஓம்பியும்

- உதயண குமார காவியம்.

அறுசமயம்	- சைவத்தின் ஆறு அகச்சமயங்கள். சைவம், பாசுபதம், மாவிரதம், காளாமுகம், வாமம், வைரவம். காளா முகர், பைராகி என்பவர் சைவத்தின் அகச் சமயத்தைச் சார்ந்தவர்.

அறுசமயத் தலைவராய் நின்றவர்க்கு
அன்பராய்

என்று பெரிய புராணம் சிவனைக் குறிக்கும்.

அறுவகை விளங்கும் சைவத்து

என்பதும் பெரிய புராணம்.

'அறுவகைச் சமயத்தில் அடுத்தவரும் அடியவரும்கூறுமறை முனிவர்களும்கும்பிட வந்து அணைந்தாரும் வேறு திரு அருளினால் வீடுபெற வந்தாரும் ஈறில் பெரும் சோதியின் உள்ளெல்லாரும் புக்கதன்பின்' என்பதும் பெரிய புராணம்.

அறுசுவை	- 'அறு சுவைத்து ஆய உண்டி' என்பான் கம்பன். கைப்பு, இனிப்பு, புளிப்பு, உவர்ப்பு, துவர்ப்பு, கார்ப்பு எனச் சொல்லும் நாலடியார்.

அறுசுவை உண்டி அமர்ந்து இல்லாள் ஊட்ட

என்பது நாலடியார். அறுசுவையை சட்ரசம் என்பார் வடமொழியில், திருமணமான

	அன்று கணவனுக்கு மனைவி பரிமாறும் விருந்துக்கு 'சட்டரசம்' என்பார் நாஞ்சில் நாட்டு வேளாளர்.
அறுநாட்டார்	- மொட்டை வேளாளர். மீசையை எடுத்து விட்டு சிறு குடுமி வைத்திருந்தவர். இவர்களுக்கு ஆறு நாடுகள். அவற்றில் மூன்று ஆறுகொண்டன. இப்போதுள்ளவை சீர்குடி நாடு, ஓமாண்டூர் நாடு. - **எட்கார் தர்ஸ்டன்.**
அறுபத்து மூவர்	- நாயன்மார் அறுபத்து மூவர்.
அறு நால்வர்	- இருபத்து நான்கு தீர்த்தங்கரர்.
ஆறாறு தத்துவம்	- முப்பத்தாறு தத்துவங்கள்
	ஆறாறு தத்துவமும் அகப்பேய் ஆகமம் சொன்னதடி
	- அகப்பேய்ச் சித்தர்.
ஆறு அங்கம்	- ஆறு அங்கமாய் வரு மாமறை ஓதியைக் கூறு அங்கம் ஆகக் குணம் பயில்வார் **இல்லை** என்பது திருமந்திரம்.
	ஆறு அங்கங்களாக விளங்கும் வேதம். சிட்சை, கற்பகம், வியகரணம், சந்தோவிசிதி, சோதிடம், நிருத்தம்.
ஆறு மூலைக் கோணம்	- அறு கோணம் அமைந்த இடம். நடு மார்பாகிய அநாகதம். தொப்புளில் இருந்து ஒன்பது விரல் உயரம்.
	அறுமூலைக் கோணத்தில் அமைந்த ஒன்பதத்திலே - சிவவாக்கியர்
	ஆறுகலைக் குச்சுக்குள்ளே ஆடும் ஒருவன்
	- பாம்பாட்டிச் சித்தர்.
அறுபத்து நான்கு கலை	- ஆய கலைகள் அறுபத்து நான்கு.

அறுபத்து நாலு கலை யாவும்
அறிந்தோம் அதற்குமேல் ஒரு கலை
ஆனது அறிந்தோம்

என்பார் பாம்பாட்டிச் சித்தர்.

அறுபத்து நால் யோகம் அவ்வளவுந் தள்ளி ஒரு பொழுதும் உண்டு நிலையோர் என்பார் காகபுசுண்டர்.

அந்த அறுபத்து நான்கு கலைகள் ஆவன: அக்கர இலக்கணம், இலிகிதம், கணிதம், வேதம், புராணம், வியாகரணம், நீதி சாஸ்திரம், சோதிட சாஸ்திரம், தரும சாஸ்திரம், யோக சாஸ்திரம், மந்திர சாஸ்திரம், சகுன சாஸ்திரம், சிற்ப சாஸ்திரம், வைத்திய சாஸ்திரம், உருவ சாஸ்திரம், இதிகாசம், காவியம், அலங்காரம், மதுர பாடனம், நாடகம், நிருத்தம், சத்த பிரமம், வீணை, வேணு, மிருதங்கம், தாளம், அஸ்திர பரீட்சை, கனக பரீட்சை, இரத பரீட்சை, கஜ பரீட்சை, அசுவ பரீட்சை, இரத்தின பரீட்சை, பூ பரீட்சை, சங்கிராம இலக்கணம், மல்ல யுத்தம், ஆகர்ஷணம், உச்சாடனம், வித்வேட்சனம், மதனசாஸ்திரம், மோகனம், வசீகரணம், இரசவாதம், காந்தர்வ வாதம், பைபீல வாதம், கௌத்துக வாதம், தாது வாதம், காருடம், நட்டம், முட்டி, ஆகாயப் பிரவேசம், ஆகாய கமனம், பரகாயப் பிரவேசம், அதிரிச்யம், இந்திர ஜாலம், மகேந்திரஜாலம், அக்கினித் தம்பம், ஜலஸ் தம்பம், வாயுத்தம்பம், திட்டித் தம்பம், வாக்குத் தம்பம், சுக்கிலத் தம்பம், கன்னத் தம்பம், கட்கத்தம், அவத்தைப் பிரயோகம்.

இவை இந்தியக் கலைகளும் விஞ்ஞானமும். கலைஞன் எனில் இவற்றுள் ஒன்றோ, பலவோ கைவரப் பெற்றவன்.

ஆறாதாரம் - இவற்றை ஆறு ஆதாரங்கள் என்பர். அவை மூலாதாரம், சுவாதிட்டானம், மணிபூரகம்,

எண்	ஆதாரம்	தானம்	ஆசனம்	கமலம்	தேவதையின் நிறம்	தெய்வம்	சக்தி	அட்சரம்
1.	மூலாதாரம்	குதத்திற்கும் கோசத்திற்கும் நடு இடம்	முக்கோணம்	நாலிதழ்க்	மாணிக்க கமலம்	கணபதி நிறம்	குண்டலி	ஓங்காரம் சக்தி
2.	சுவாதிட்டானம்	கோசத்திற்கும் நாபிக்கும் நடு இடம்	நாற்சதுரம்	ஆறிதழ்க் கமலம்	செம்பொன் நிறம்	பிரம்மா	சரஸ்வதி	நகரம்
3.	மணிபூரகம்	நாபிக்கமலம்	மூன்றாம் பிறை	பத்திதழ்க் கமலம்	மரகத நிறம்	விஷ்ணு	லட்சுமி	மகாரம்
4.	அநாகதம்	இதயக்கமலம்	முக்கோணம்	பன்னிரண்டு இதழ்க் கமலம்	படிக நிறம்	உருத்திரன்	பார்வதி	சிகாரம்
5.	விசுத்தி	கண்டம்	அறுகோணம்	பதினாறு இதழ்க் கமலம்	மேக நிறம்	மகேசுவரன்	மகேசுவரி	வகாரம்
6.	ஆஞ்ஞை	லலாடம்	வட்டம்	மூன்றிதழ்க் கமலம்	படிக நிறம்	சதாசிவம்	மனோன்மணி	யகாரம்

குறிப்பு:

தானம் - இடம்
ஆசனம் - இருக்கை
கமலம் - தாமரை
அட்சரம் - எழுத்து

அநாகதம், விசுத்தி, ஆஞ்ஞை எனும் ஆறு யோக சக்தி நிலைகள். இவற்றை, முதுகு முன்னடி, சிறுநீர்த்துளை, தொப்புள், மார்பு நடு, தொண்டைக் குழி, புருவ மத்தி என்பார்கள்.

ஆறு ஆதாரங்களுக்குமான இடம், ஆசனம், கமலம், தேவதையின் நிறம், தெய்வம், சக்தி மற்று அட்சரம் என்று வகைப்படுத்தி உள்ளனர். ஓம் நமசிவாய என்பன அட்சரம். அதை ஓங்காரம், நகாரம், மகாரம், சிகாரம், வகாரம், யகாரம் என்பர்.

யோகம் எனும் விஞ்ஞானத்தின் தலைவன், யோகீஸ்வரன் என்பது சிவம். மந்திரம் - ஓம் நமசிவாய.

என்னை விட்டால் மாப்பிள்ளை மார் ஆயிரம் பேர் உந்தனுக்கே
உன்னை விட்டால் பெண் எனக்கு உண்டோ மனோன்மணியே

என்று மஸ்தான் சாகிபு மனோன்மணிக்கண்ணியில் பாடும் மனோன்மணி, ஆஞ்ஞையின் சக்திதானா?

பாவினத்திலோ அறுசீர் விருத்தம், அறுசீர்க் கழிநெடிலடி ஆசிரிய விருத்தம் என்பார்கள். ஆறு எனில் வழி என்றும் நதி என்றும் பொருள்.

படை, குடி, கூழ், அமைச்சு, நட்பு, அரண் ஆறும்
உடையான் அரசருள் ஏறு

என்பது குறள்.

அஞ்சுமுகம் தோன்றில் ஆறுமுகம் தோன்றும்
வெஞ்சமரில் அஞ்சல் என வேல் தோன்றும்

என்பது தமிழ்ப்பாட்டு.

எனவே ஆறு பற்றிய இந்தக் கட்டுரைக்கு அறுமுகம் என்று தலைப்பு அமைந்தது.

தமிழினி
டிசம்பர் 2008

7. சப்தம்

திருக்குறள் கல்லாமை அதிகாரத்தின் குறள் ஒன்று முக்கியமானது.

கல்லாதான் சொல்கா முறுதல் முலைஇரண்டும்
இல்லாதாள் பெண்காமுற் றற்று

என்று. வேறொரு உபபொருளில் பார்த்தால், எனக்கு எப்போதும் சொல்மீது காமம் உண்டு. துல்லியமான பொருள் உணர்த்தும் சொற்கள், இசைத்தன்மை கொண்ட சொற்கள், ஏற்கனவே அறிந்திராத ஆனால் மரபில் கிடக்கும் தொன்மையான சொற்கள் எனைக்கிளர்த்திக் கொண்டே இருப்பவை. அதன் விளைவாக முதலில் ‘கூன்’ என்றொரு கட்டுரை எழுதினேன். தொடர்ந்து ‘அட்டம்’ எனும் கட்டுரை எழுதினேன். அட்டம் எழுதும்போது வேறெதும் திட்டம் இருக்கவில்லை. ஆனால் அதை எழுதி முடித்தபிறகுஅந்தப் பாதையில் மேலும் சற்றுப் பயணமாகலாம் எனத் தோன்றியது.

ஒரு கணித மாணவன் எனும் விதத்தில் எல்லா எண்களுமே கவித்துவமானவை எனக்கு. எண்கள் முன்னால், பாவை நோன்பு நோற்கும் பருவப்பெண் நான். மாணிக்க வாசகனின் திருவெம்பாவையில் இருந்து சொன்னால்,

முத்தன்ன வெண்நகையாய் முன்வந்து எதிரெழுந்து என்
அத்தன் ஆனந்தன் அமுதன் என்று அள்ளூறித்
தித்திக்கப் பேசுவாய் வந்துஉன் கடை திறவாய்

என்றும், திருவில்லிப்புத்தூர் ஆண்டாளின் திருப்பாவையில் இருந்து சொன்னால்,

குத்து விளக்கெரியக் கோட்டுக்கால் கட்டில் மேல்
மெத்தென்ற பஞ்ச சயனத்தின் மேலேறி
கொத்தலர் பூங்குழல் நப்பின்னை கொங்கைமேல்
வைத்துக் கிடந்த மலர் மார்பா

என்றும் வாசிக்க வாசிக்கக் கிறங்கிப் போகிறவன்.

எவ்வாறாயினும், சொந்த விருப்பமாக எனக்கு மிகவும் நெருக்கமான எண்கள் மூன்றும் ஒன்பதும். அதற்கு எண் ஜோதிடக் காரணங்கள் இல்லை. ஆனால் காரிய, காரணமில்லாமல் சில எண்கள் நமக்கு வெறுப்பு ஏற்படுத்துவனவாக ஆகிவிடுகின்றன. பலருக்கும் எட்டு பிடிப்பதில்லை. அது அட்டு என்கிறார்கள். அட்டு என்பதற்கு 'பனவ்த்தி' என்றொரு சொல் உண்டு மராத்தியில். கட்டிடங்களில் மாடப்புறாக்கள் அடைவது 'பனவ்த்தி' என்பார்கள். நாம் ஆமை புகுந்த வீடு என்கிறோம் அல்லவா, அது போல. இவை இந்தியப் புராணங்களில் இருந்து பெறப்பட்டன என்பதற்கும் சான்றில்லை. கண்ணன் எட்டாவது நாளான அஷ்டமியில் பிறந்த எட்டாவது குழந்தை என்கின்றன புராணங்கள். நாம் கிருஷ்ண ஜெயந்தி என்பதை வடவர் கோகுலாஷ்டமி என்றும் கிருஷ்ணாஷ்டமி என்றும் சொல்கிறார்கள். பிறகு எட்டின் மேல் ஏனிந்த வெறுப்பு? எனது முந்திய 'அட்டம்' கட்டுரைகளில் விடுபட்டுப் போன தகவல்களைக் கொண்டு இன்னுமோர் கட்டுரை எழுதலாம். குறிப்பான தகவல், சங்க காலத் தமிழர் வாழ்வு பேசும் 'எண்பேர் ஆயம்'. இன்றும் அந்தப் பெயரில் அரசுக்குத் துதிபாடும் பிரமுகர்களைக் கொண்ட அமைப்பு ஒன்றுண்டு நம்மிடம்.

தேர்வு நுழைவுச் சீட்டில் கூட்டுத்தொகை எட்டு வந்தால் மாணவர் குடி முழுகிப் போனதாக உணர்கிறார்கள். கார், மோட்டார் பைக் போன்ற வாகனங்களின் பதிவு எண்கள் எட்டில் முடிந்தால் அவை விலை போகாது என்கிறார்கள். பதிவு எண்களை வழங்கும் R.T.O. அலுவலகங்கள் தற்போது எட்டில் வரும் எண்களை வழங்குவதில்லையாம். அட்டம் என்கிற கட்டுரையை எழுதி முடித்த பிறகே ஒரு எண்ணுக்கு எத்தனை அநீதி செய்கிறோம் என்பது புரிந்தது. அதை இங்கு பதிவு செய்த பின்பு, 'சப்தம்' என்று ஏழு எனும் பொருள் தரும் இந்தக் கட்டுரையைத் தொடங்குகிறேன்.

எட்டைப் போலவே ஏழும் சிறப்பான எண்தான்.

எழுபிறப்பும் தீயவை தீண்டா பழிபிறங்காப்
பண்புடை மக்கட் பெறின்

எனும் குறள் சொல்வதாவது, பிறரால் பழிக்கப்படாத பண்புடைய மக்களைப் பெற்றிருந்தால், ஏழு பிறப்பிலும் தீமை தீண்டாது என்பதாகும்.

இதில் எழுபிறப்பு அல்லது ஏழு பிறவி என்பன யாவை? வள்ளுவரே மற்றோர் இடத்திலும் பேசுவார்,

> எழுமை எழுபிறப்பும் உள்ளுவர் தம்கண்
> விழுமம் துடைத்தவர் நட்பு

விழுமம் எனில் துன்பம் என்பது பொருள்.

அபிதான மணிமாலை, 'எழு பிறப்பு, எழுமை, எழுபவம் என்ப' எல்லாம் ஒன்றே என்கிறது. இந்த ஏழு பிறப்பைப் பாடிய ஏராளமான புலவர் உண்டு தமிழில்.

> எற்றைக்கும் ஏழேழ் பிறவிக்கும் உன் தன்னோடு
> உற்றோமே ஆவோம் உனக்கே நாம் ஆட்செய்வோம்
> மற்றை நம் காமங்கள் மாற்றேலோர் எம்பாவாய்

என்று ஆண்டாள் திருப்பாவையிலும்,

> இம்மைக்கும் ஏழேழ் பிறவிக்கும் பற்றாவான்
> நம்மை உடையவன் நாராயணன் நம்பி

என்று நாச்சியார் திருமொழியிலும் கூறுகிறாள். வள்ளுவரோ எனில்,

> ஒருமைச் செயலாற்றும் பேதை எழுமையும்
> தான்புக்கு அழுந்தும் அளறு

என்றும்

> ஒருமைக்கண் தான்கற்ற கல்வி ஒருவற்கு
> எழுமையும் ஏமாப் புடைத்து

என்றும் பேசுகிறார்.

நாலாயிரத் திவ்யப் பிரபந்தமும் எழுமை பற்றிப் பேசுகிறது. அடுத்து நாம் வினவ வேண்டியது, இந்த எழுமை, எழுபவம் அல்லது எழு பிறப்பு என்பது என்ன?

ஏழ் பிறப்பு எனில் ஏழுவகையான பிறப்புக்கள் என்கிறார்கள். பிங்கல நிகண்டு, ஏழு பிறவிகளை, தேவர், மக்கள், விலங்கு, பறவை, ஊர்வன, நீர்வாழ்வன, தாவரம் என்கிறது.

நாஞ்சில்நாடன்

'எல்லாப் பிறப்பும் பிறந்து அலுத்தேன்' என்று சொல்வது இந்த ஏழு பிறவிகளையும்தான்.

திருவள்ளுவஞானம்,

**எழுவகைத் தோற்றமும் நால்வகை யோனியில் எய்திடினும்
பொழியச் சுரோணிதம் நாவிந்து பொருள் போகத்தால்**

என்று பேசுவது கவனிக்கத்தக்கது.

எழுவகையான பிறப்புகளும் நால்வகை யோனிகளில் பிறக்கின்றன. அவை, முட்டை, கருப்பை, வேர் அல்லது கிழங்கு, வியர்வை என்பன. அவ்விதம் பிறந்தாலும் அவை சுக்கிலம் எனும் ஆண் சாரமும், சுரோணிதம் எனும் பெண் சாரமும் கலந்தே பிறக்கும் என்பதாகும்.

இஃது தமிழனின் மெய்ஞானம்

பிறவிதான் ஏழு என்றால், பாதாளம் ஏழு என்கிறார் மாணிக்கவாசகர், திருவெம்பாவையில்.

**பாதாளம் ஏழினும் கீழ் சொற்கழிவு பாதமலர்
போதார் புனை முடியோ எல்லாப் பொருள் முடிவே**

அதாவது, ஏழு பாதாளங்களையும் தாண்டி நிற்கும் பாதமலர் சொல்லுக்கு அழிவு நேரும் இடம், மலர் முடி இருக்கும் இடம் எல்லாப் பொருளும் முடியும் இடம் என்பதாம்.

ஏழு பாதாளங்கள் அல்லது சப்த பாதாளங்கள் எனப்படுபவை, அதலம், விதலம், சுதலம், மகாதலம், இரசாதலம், தராதலம், பாதாளம் எனும் கீழ் உலகங்கள் என்கின்றன நிகண்டுகள். எனவே, பாதாளம் என்பதுவும் கீழ் உலகங்களில் ஒன்றுதான்.

பாஞ்சாலி சபதத்தில், பாரதி, சபதச் சருக்கத்தில்,

**ஊரவர்தம் கீழ்மை உரைக்குந் தரமாமோ?
வீரமிலா நாய்கள், விலங்காம் இளவரசன்
தன்னை மிதித்துத் தராதலத்தில் போக்கியே
பொன்னை அவர் அந்தப் புரத்தினிலே சேர்க்காமல்**

என்று வரும் வரிகளில் குறிப்பிடப்படுகிற 'தராதலம்' என்பது ஏழு பாதாளங்களில் ஒன்று எனக் கொள்ளலாமா?

ஐஞ்சிறு காப்பியங்களில் ஒன்றான நீலகேசி,

ஏழாய் அவை விரிந்து எண்பத்து நான்கு நூறாயிரமாம்
போழாம் அவற்றப் புரையின் விகற்பமும்

எனப் பேசுவதன் பொருள், நரகங்கள் ஏழாக விரிந்துள்ளன, அவற்றில் உள்ள குழிகளின் எண்ணிக்கை எண்பத்து நான்கு நூறாயிரம் என்பதாகும்.

கம்ப இராமாயணத்தில் கிட்கிந்தா காண்டத்தில், மராமரப் படலத்தில் கம்பன் பேசுவது:

ஏழு மராமரம் உருவி கீழ் உலகம் என்று இசைக்கும்
ஏழும் ஊடு புக்கு உருவி, பின்உடன் அடுத்து இயன்ற
ஏழ் இலாமையால் மீண்டது அவ் இராகவன் பகழி
ஏழு கண்டபின் உருவுமால் ஒழிவது அன்று இன்னும்

என்று. அஃதாவது ஏழு மராமரங்களைத் துளைக்கப் பணித்த ராமனின் சப்தசாதி எனும் அம்பு, ஏழு மராமரங்களைத் துளைத்து, ஏழு கீழுலகங்களையும் துளைத்து வேறு ஏழு இலாமையால் திரும்பியது என்பதாகும். சரணடைகிற ஏழு பாகவதர்களுக்கும் எழு பிறப்பையும் நீக்கும் திறனுடைய கணை என்றும், சுக்ரீவன் குறித்தது ஒரு மராமரம், இராமன் துளைத்தது ஏழு மராமரம் என்றும் பொருளுரைக்கிறார்கள்.

அதையே, திருவரங்கத்து மாலையில், பிள்ளைப் பெருமாள் ஐயங்கார்,

மாதவரும்பர் பெருமாள் அரங்கர் வலியுணரா
தாதவன் மைந்தன் அயிர்த்த அந்நாள் இலக்காய் நெடும்
பாதவ மேழும் உடனே நெடுங்கணை பட்டுருவ
பூதல மேழும் ஏழு பாதாலங்களும் புண்பட்டவே

என்கிறார். இதையே, கம்பன், மராமரப் படலத்தில்,

ஏழு வேலையும், உலகம் மேல் உயர்ந்தன ஏழும்,
ஏழுகுன்றமும், இருடிகள் எழுவரும், புரவி
ஏழும், மங்கையர் எழுவரும் நடுங்கினர் என்ப
ஏழு பெற்றதோ இக்கணைக்கு இலக்கம் என்று எண்ணி

என்பான்.

ஏழு கடல்களும், ஏழு உலகமும், ஏழு குலமலைகளும், ஏழு ரிஷிகளும், சூரியனின் குதிரைகள் ஏழும், ஏழு கன்னியரும்

நடுங்கினார்கள், இக்கணைக்கு இலக்காக ஏழு பெற்றதோ என்று எண்ணி என்பது கம்பனின் கற்பனை வளம். இதனைத்தான் பாரதி, ''எல்லை ஒன்றின்மை எனும் பொருள் அதனைக் கம்பன் குறிகளால் காட்டிட முயலும் முயற்சியைக் கருதியும்'' என்று கூறினான் போலும்.

பிறப்பு ஏழு எனில், பாதாளம் ஏழு எனில், மேலுலகு ஏழு என்கிறது தொன்மம். ''உலகெலாம் உணர்ந்து ஓதற்கு அரியவன்'' என்று சேக்கிழார் அடி எடுப்பதும் ''உலகம் யாவையும் தாமுள வாக்கலும்'' என்று கம்பன் அடிகோலுவதும் மேலுலகு , கீழுலகு எனும் பதினாலு உலகங்களையும் கணக்கில் கொண்டுதான் என்றும் எடுத்துக் கொள்ளலாம்.

குயில் பாட்டில் பாரதி, ''ஏழுலகும் இன்பத் தீ ஏற்றும் திறனுடையாய், பீழை உனக்கு எய்தியதேன், பேசாய்?'' என்கிறார். அந்த ஏழு உலகங்கள் எவை? பூலோகம், புவர் லோகம், சுவர்க்க லோகம், மகர் லோகம், ஜன லோகம், தபோ லோகம், சத்திய லோகம் என்கின்றன நிகண்டுகள். ஏழு உலகங்களிலும் வாழ்பவர்கள், மனிதர், யட்சர் அல்லது இராக்கதர், தேவர், கந்தர்வர், கிந்நரர், கிம்புருடர் என்கின்றன புராணங்கள்.

சிவவாக்கியர் எனும் சித்தர்,

ஏழு பார் ஏழுகடல் இடங்கள் எட்டு வெற்புடன்
சூழு கிரிகடந்து சொல்லும் ஏழுலகமும்

என்று ஏழு உலகம், ஏழு கடல், எட்டுத் திசைகள், எட்டுக் குல வரைகள் ஆகியன் சூழ்ந்த ஏழு அடுக்குடைய பிரபஞ்சம் என்கிறார்.

பிறவி ஏழு, கீழுலகம் ஏழு, மேலுலகம் ஏழு எனில் கடல்களும் ஏழு என்கின்றனர். தமிழ் மொழி வாழ்த்துப் பாடலில், பாரதி, ''ஏழ்கடல் வைப்பினும் தன்மணம் வீசி இசைகொண்டு வாழியவே'' என்கிறார். ஏழ்கடல் என்பதை சப்த சமுத்திரம் என்றும் சப்த சாகரம் என்றும் சொல்கிறார்கள். உப்புக் கடல், கருப்பஞ்சாற்றுக் கடல், கள்கடல், நெய்க்கடல், தயிர்க்கடல், பாற்கடல், நன்னீர்க்கடல் என்கிறது அபிதான சிந்தாமணி. இவை நாம் பூகோளத்தில் வாசித்த மகா சமுத்திரங்கள் அல்ல. இவற்றின் தத்துவார்த்தப் பொருளும் எனக்குத் தெரியாது. என்றாலும், திருமந்திரம், ''ஏழு வளைகடல், எட்டுக் குலவரை'' என்கிறது.

வாலி, சுக்ரீவன் ஆர்ப்பரிக்கும் ஓசை, ஏழு கடல்களும் ஒன்று சேர்ந்து திசைகள் எட்டும் மண்ணும் விண்ணும் என இரண்டுமாய் பத்துத் திசைகளில் மோதுகின்றன போலுளது என்கிறான் கம்பன்.

"ஏழ் ஒத்து உடன் ஆம் திசை எட்டோடு இரண்டும் முட்டும்" என்பது பாடல் வரி. தானை காண் படலத்தில், கம்பன், "ஏழு மாக்கடல் பரப்பினும் பரப்பு என இசைப்ப" என்கிறான். "ஏழ் பெருங்கடலும் சூழ்ந்த ஏழ் பெருந்தீவும்" என்று கும்பகர்ணன் வதைப் படலத்திலும், "ஏழ் கடல் அதனில் தோயம்" என்று திருமுடி சூட்டுப் படலத்திலும்,

ஏழு வேலையும் ஆர்ப்பு எடுத்து என்னலாம்
வீழி வெங்கண் இராவணன் வில் ஒலி

என்று இராவணன் வதைப் படலத்திலும் கம்பன் பாடுவது நோக்கற்பாலது.

ஏழ் கடல் சூழ் தென் இலங்கைக் கோமானை

என்பது சம்மந்தர் தேவாரம்.

பிறவி ஏழு, பாதாளம் ஏழு, மேலுலகு ஏழு, கடல்கள் ஏழு, இசைச்சுரங்களும் ஏழுதான்.

கோழி சிலம்பச் சிலம்பும் குருகு எங்கும்
ஏழில் இயம்ப இயம்பும் வெண் சங்கு எங்கும்

என்கிறார் மாணிக்க வாசகர். ஏழு சுரங்களிலும் சங்கு இயம்பும் என்பது பொருள்.

ஏழிசையைத்தான் சப்த சுரம் என்கிறார்கள். ஏழு என்பதன் வடமொழிச் சொல், சப்தம். அது சத்தா எனும் பிராகிருதச் சொல்லின் மறுபிறப்பு. சப்தம் என்பதை நாம் ஒலி, ஓசை எனும் பொருளிலும் கையாள்கிறோம்.

"சத்தத்தின் உள்ளே சதாசிவத்தைத் தானறிய" என்கிறார் சத்திய நாதர் எனும் ஞானச்சித்தர்.

உலகமே ஒலியால் ஆனது, ஒலியே உலகுக்கு ஆதாரம் என்கிறார்கள். ஓசையைத்தான் ஏழு இசையாகப் பிரித்துள்ளனர். ஏழிசை எழுத்துக்கள் என்று ச, ரி, க, ம, ப, த, நி யைச் சொல்கிறார்கள்.

"ஏழிசையாய், இசைப்பயனாய், இன்னமுதாய், என்னுடைய தோழனுமாய்" என்பது சுந்தரர் தேவாரம். "ஏழுமாமலை, ஏழ்பொழில், ஆழ்கடல் ஏழு, போற்றும் இராவணன் கைந்நரம்பு ஏழு" என்பது அப்பர் தேவாரம்.

இராவணன் கைந்நரம்பு ஏழு என்பது அவன்கை வீணையைக் குறிக்கும்.

ஏழிசை எனப்படும் சப்த சுரங்களைப் பண்டு தமிழன், குரல், துத்தம், கைக்கிளை, விளரி, தாரம், உழை, இளி எனக் குறிப்பிட்டான். அதைத்தான் திருமந்திரம்,

ஏழினில் ஏழாய், இகந்து எழுந்து ஏழ் அதுவாய்
ஏழினில் ஒன்றாய், இழிந்து அமைந்து ஒன்றாகி

என்கிறது.

இனி, இவ்வாறு ஏழில் அமைந்த சில சிறப்புக்களைக் காண்போம்.

சப்த சந்தானம் - எழுபதிச் சீர்த்தி.

சப்தபதி - எழுபதிச்சடங்கு.

சப்தரிஷி மண்டலம் - ஏழு இருடிகளின் மண்டலம். சனி உலகத்துக்கு மேல், பதினோரு இலட்சம் யோசனை பிரமாணமுள்ள ஏழு ரிஷிகள் உள்ள உலகம். வானம் நிர்மலமாய் இருக்கும் இராக் காலங்களில், வடக்குத் திசையில் நட்சத்திரக் கூட்டம் ஒன்று காணப்படும். அதுவே சப்தரிஷி மண்டலம் என்று அழைக்கப்படும். அது ஏழு நட்சத்திரங்கள் கொண்ட கூட்டம். இந்த நட்சத்திரக்கூட்டம் இரவின் ஆரம்பத்தில் வடகிழக்கில் உதித்து வடமேற்கில் மறைவது. இவ்வேழு நட்சத்திரங்களைத் தாண்டி மையத்தில் இருப்பது துருவ நட்சத்திரம்.

சப்தரிஷிகள் - சப்த இருடிகள் எனவும் ஏழு முனிவர்கள் எனவும் சொல்வார்கள்.

1. மரீசி, அங்கிரசன், புலகன், வசிட்டன், அத்திரி, புலஸ்தியன், கிருதி.

2. அகத்தியன், புலத்தியன், அங்கிரசு, கௌதமன், வசிட்டன், காசியபன், மார்க்கண்டன் - என்கிறது பிங்கல நிகண்டு.

3. காசியபன், அத்திரி, பரத்வாஜன், விசுவாமித்திரன், கௌதமன், ஜமதக்னி, வசிட்டன். இவர்கள் குபேரனுடைய ஆசிரியர்கள்.

| | | 4. அத்திரி, பிருகு, குச்சன், வசிட்டன், கௌதமன், காசியபன், அங்கிரசு. |

சப்த அங்கம்
(சத்தாங்கம்) - அரசாட்சியின் ஏழு அங்கங்கள், சப்தவர்க்கம். அரசு, படை, குடி, கூழ், அமைச்சு, நட்பு, அரண்.

**படை, குடி, கூழ், அமைச்சு, நட்பு, அரண்,
ஆறும்
உடையான் அரசருள் ஏறு.**

- திருக்குறள்

சத்த வர்க்கம் - ஏழு வகை மருந்துகள். நெல்லிக்காய், வெட்டிவேர், குருவேர், சடாமாஞ்சி, ஏலம், இலவங்கப் பத்திரி, திராட்சம். குருவேர் என்பது இலாமிச்சை வேரா அல்லது குறுந்தட்டி வேரா என்பது எனது ஐயம். சத்த வர்க்கத்தை சத்த மூலம் என்றும் சொல்வார்கள்.

சப்த குலாசலம் - அசலம் எனில் மலை. எடுத்துக்காட்டு அருணாசலம் என்கிற அண்ணாமலை. இவற்றை சப்தகுலமலை என்றும் சப்தகிரி என்றும் சொல்வார்கள். சப்த குல பர்வதம் என்பாருமுண்டு. இவை பூமியைத் தாங்குவதாகக் கூறப்படுபவை.

1. இமயம், ஏமகூடம், கைலை, நிடதம், நீலகிரி, மந்தரம், விந்தம்.

2. மகேந்திரம், மலயம், சையம், சக்தி மந்தம், இருக்ஷ பர்வதம், விந்தியம், பாரியாத்திரம்.

**ஏழுலகும் தாழ்வரையும் எங்கும் மூடி
எண்திசையும் மண்டலமும் மண்டி
அண்டம்
மோழையெழுந் தாமிமிகும் ஊழி வெள்ளம்**

என்பது திருமங்கை ஆழ்வாரின் பெரிய திருமொழி. இதில் தாழ்வரை என்பது ஏழு மலைகள்.

ஏழ்உடைக் கடலினும் தீவு ஓர் ஏழினும்
ஏழ்உடை மலையினும் உலகு ஓர் ஏழினும்

என்பது கம்பன், இராவண வதைப் படலம்.

சப்த சாரசுவம் - வசிட்டர் முதலானவர் செய்த யாகத்தில், சரசுவதி, சம்பிரபை, கனகாட்சி, விசாலை, சுரதந்தவை, அமோகை, மாலா, சுவேணி, விமலோதகை எனும் பெயர்களுடைய பெண்களாக வடிவம் கொண்டு வந்து இருடிகளுக்கும் தேவர்களுக்கும் ஏவல் செய்து பேறு பெற்ற தலம்.

சப்த தீவுகள் - இதனை சத்த தீவுகள், ஏழு தீவுகள், சப்த துவீவம் என்றும் வழங்குவர். ஜம்பு, பிலக்ஷம், குசை, கிரௌஞ்சம், சாகம், சால் மலி, புஷ்கரம் எனும் தீவுகள். ஏழு தீவு என வழங்கும்போது நாவலந்தீவு, இறலித் தீவு, இலவந்தீவு, கிரவுஞ்சத் தீவு, சூசைத்தீவு, தேக்கந்தீவு, புட்கரத்தீவு என்பர்.

சப்த கோண ரிஷி - எழுவகைக் கோணல் உள்ள முனிவன்.

சப்த மாதாக்கள் - பிராமி, மகேசுவரி, கௌமாரி, நாராயணி, வராகி, இந்திராணி, காளி. இவரை சத்த மாதர்என்றும் சிவசக்தியின் மூத்த பதங்களான எழுமாதர் என்றும் கூறுவர்.

சப்த கன்னிகள் - இவர்களை சப்த கன்யா என்பர் வட நாட்டில். கன்யா எனில் இவண் சிறப்புக்கள் கொண்ட பெண்டிர்என்று பொருள். இந்த கன்னிகளுக்கு VIRGIN என்று பொருள் இல்லை.

பாஞ்சாலியை நமது நாட்டார் மரபு, 'ஐவர்க்கும் தேவி, அழியாத பத்தினி' என்கிறது. இந்தக்கன்னிகளைஏழு பத்தினிகள் என்றும் கூறுவர். நளாயினி, பாஞ்சாலி,

		அகலிகை, குந்தி, தாரை மண்டோதரி, சீதை எனவோர் பட்டியல் உண்டு. சப்த கன்யா பட்டியல் கிட்டத்தட்ட க.நா.சு.வின் இலக்கியவாதிகள் பட்டியல் போல, காலந்தோறும் மாறுவது.
சப்த கிரந்தி	-	மஹத், அகங்காரம், சத்தம், பரிசம், ரஸம், ரூபம், கந்தம்.
சப்த தருப்பை	-	குசம், காசம், தூர்வை, விரீகி, மஞ்சம்புல், விச்வாமித்ரம், திருணம் எனும் எழுவகைப் புற்கள்.
சப்த தாண்டவம்	-	சிவனின் எழுவகைத் தாண்டவங்கள். தொல்லிசையில் 'தாண்டவம்' எனும் பெயரில் ராகம் ஒன்றுண்டு. சங்கரா பரணத்தின் ஜன்யம் என்பார்கள். நாஞ்சில் நாட்டில் 'தாண்டவன்' என்பது ஆண்பாற் பெயர். 'தாண்டவக் கோன்' பற்றி உங்களுக்குத் தெரியும். ஏழு தாண்டவங்கள் ஆவன, ஆனந்த தாண்டவம், சந்தியா தாண்டவம், கௌரி தாண்டவம், திரிபுர தாண்டவம், காளி தாண்டவம், முனிவர் பொருட்டு நடித்த தாண்டவம், சம்ஹார தாண்டவம்.
சப்த நரகங்கள்	-	1. அள்ளல், இரௌரம், கும்பிபாகம், கூடசாலம், செந்துத்தானம், பூதி, மாபூதி.
		2. கூட சாலம், கும்பிபாகம், அள்ளல், அதோகதி, ஆர்வம், பூதி, செந்து - பிங்கல நிகண்டு.
		3. பெருங்களிற்று வட்டம், பெருமணல் வட்டம், எரிபால் வட்டம், அரிபடை வட்டம், புகை வட்டம், பெருங்கீழ் வட்டம், இருள் வட்டம் - திவாகர நிகண்டு.
		4. இரத்தினப் பிரபை, சருக்கராப் பிரபை, வாலுகாப் பிரபை, பங்கப்பிரபை, தூமப்பிரபை, தமப்பிரபை, தமத்தமப் பிரபை - சமஸ்க்ருதம்.

சப்த தானியங்கள் - யாகத்துக்கு உதவுபவை. நெல், கொள், எள், உளுந்து, துவரை, கடுகு, பயிறு. நவதானியம் என்பன வேறு.

சப்த நாகங்கள் - தர்மன், காமன், காலன், வசு, வாசுகி, அநந்தன், கபிலன் எனும் நாகப் பாம்புகள்.

சப்த பதி - திருமணச்சடங்கு. விவாகாக்னியை ஏழுமுறை சுற்றி வந்து மந்திரம் கூறுதல்.

முரசு இயம்பின; முருடு அதிர்ந்தன;
முறை எழுந்தன பணிலம்; வெண்குடை
அரசு எழுந்தது ஓர்படி எழுந்தன;
அகலுள் மங்கல அணி எழுந்தது
மாலை தாழ் சென்னி வயிர மணித்தூணகத்து
நீல விதானத்து, நித்திலப் பூம்பந்தர் கீழ்
வான்ஊர் மதியம் சகடு அணைய வானத்துச்
சாலி ஒரு மீன் தகையாளைக் கோவலன்
மாமுது பார்ப்பான் மறைவழி காட்டிட
தீவலம் செய்வது காண்பார் கண்
நோன்பு என்ன!

என்பது சிலப்பதிகாரம். பொருட் குறிப்புகள் - ''வான்ஊர் மதியம் சகடு அணைய'' எனில் சந்திரனும் ரோகிணியும் சேரும் முகூர்த்தத்தில் என்று பொருள். ''வானத்துச் சாலிஒரு மீன் தகையாளை'' எனில் அருந்ததி போன்ற கண்ணகியை என்று பொருள். ''மாமுது பார்ப்பான் மறைவழி காட்டிட தீவலம் செய்வது'' என்பது மேற்கூறிய திருமணச் சடங்கு.

சப்த சுரம் - ஏழு இசை ஒலிக் குறிப்புக்கள். ஏழிசை எனப் பேசும் சங்கத் தமிழ் இலக்கியங்கள். ஏழ்புழை என்பது வேய்ங்குழல் வகை. 'ஏழ் புழை யாழிசை கேழ்த்தன்ன' என்பது பரிபாடல். ஆங்கிலத்தில் The Seven Notes

என்பர். திவாகர நிகண்டு, ஏழிசையை, குரல், துத்தம், கைக்கிளை, உழை, இளி, விளரி, தாரம் என்கிறது.

ஏழிசை எழுத்துக்களை The Seven long Vowels of the alphabet significative of the seven notes of the diatonic scale என்பர். ஏழில் என்பதையும் Music as consisting of seven notes என்பர்.

'ஏழில் இயம்ப இயம்பும் வெண் சங்கு எங்கும்' என்பது திருவாசகம். கம்பன் யுத்த காண்டத்தில் இராவணனைக் குறிக்க, அவனுடைய வீணையைக் குறிக்க, 'ஏழிசைக் கருவி வீற்றிருந்தது என்னினும்' என்கிறான். கந்தர்வரை, அவரது சிறப்பான இசைக்கு ஏழிசை வாணர் என்றது தமிழ். ஏழு சுரங்களைத் தொனிப்பிக்கும் கம்பி வாத்தியத்தை சப்த தந்தி என்றனர்.

சப்த தாளம்	-	துருவதாளம், அடதாளம், ஏகதாளம், திரிபுடை தாளம், ரூபக தாளம், சம்பை தாளம், மட்டிய தாளம் என்று ஏழ்வகைத் தாளங்கள்.
சப்தபுரி (சத்தபுரி)	-	அயோத்தி, மதுரை, மாயை, காசி, காஞ்சி, அவந்தி, துவாரகை.
சப்த மேகங்கள்	-	எழுவகை மேகங்கள். சம்வர்த்தம், ஆவர்த்தம், புட்கலாவர்த்தம், சங்காரித்தம், துரோணம், காளமுகி, நீலவருணம் என்பன. இராமனையும் கண்ணனையும், நீலமேக சியாமள வண்ணன் என்று ஆழ்வாராதிகளும் கம்பனும் பேசுகின்றனர். இந்த மேகங்கள் இந்திரனுடைய ஆணைக்கு உட்பட்டவை.

'சத்த மேகங்களும் வச்ரதன் ஆணையின் சஞ்சரித்திட வில்லையோ' என்பார் தாயுமானவர். இவ்வேழு மேகங்களும் பொழிவன, மணி, நீர், பொன், பூ, மண், கல், தீ என்று புராணங்கள் கூறும்.

                ஒரு கங்குலில் ஏழு முகிலினமும்
                வந்து கர்ச்சனை செய்தது
                            கேட்டதுண்டோ?
                எனில் மங்கை நகைத்த ஒலி எனலாம்
                  அவள் மந்த நகை இங்கு மின்னுதடா
                என்பது பாரதி.

சப்தவிடங்கத் தலம்	-	தியாகராயன் கோயில் கொண்டுள்ள தலங்கள். திருவாரூர், திருநள்ளாறு, திருநாகைக்காரோணம், திருவாய்மூர், திருமறைக்காடு, திருக்காறாயல், திருக்குவளை. தி.மு.க. எனும் அரசியல் கட்சியிலுள்ள 'தி' திருக்குவளையைக் குறிப்பதாகும் என்மனார் புலவ.
சத்தக் கருவி	-	தோற்கருவி, துளைக்கருவி, நரம்புக் கருவி, கஞ்சக்கருவி, மிடற்றுக்கருவி எனும் ஐவகை இசைக் கருவிகள்.
சத்தகம்	-	1. சிறுகத்தி
		2. உத்தரக் கிரியை வகை
சத்த தாது (சப்த தாது)	-	உடல் அமைப்பிலுள்ள இரதம், உதிரம், எலும்பு, தோல், இறைச்சி, மூளை, சுக்கிலம் என்பன ஏழு தாதுக்கள் என்கிறது சூடாமணி நிகண்டு.
சத்த நதி (சப்த நதி)	-	ஏழு புண்ணிய நதிகள் என்கிறது சங்கத் தமிழ் அகராதி. அவை, கங்கை, யமுனை, சரசுவதி, நர்மதை, காவேரி, குமரி, எனப்படும் பஃறுளி, கோதாவரி என்பன. இதில் சிந்து நதி இல்லை என்பதைக் கவனிக்கவும்.
சத்த பிரபஞ்சம்	-	The Universe of sound.
சத்த பிரம்மம்	-	நாத ரூபமாகிய பிரம்மம்.
சத்த பிரம்ம வாதம்	-	நாதமே பிரம்மம் எனும் கொள்கை.
சத்த மருத்து	-	கிழக்கு, தெற்கு, மேற்கு, வடக்கு, மேல், கீழ், பல யோனி உயிர்கள் இவற்றிலிருந்து

வரும் எழுவகைக் காற்றுக்கள் என்கிறது பிங்கலம். வளி எனில் காற்று. அபான வாயுவை மலையாளத்தில் இன்றும் வளி என்றே சொல்கிறார்கள்.

சப்த மாங்கிசம்	-	ராசியை ஏழாகப் பிரித்து கிரகங்களின் நிலையைக் குறிக்கும் சக்கரம்.
சப்தமி (சத்தமி)	-	Seventh thithi in a lunar fortnight. பிரதமை, துவிதை, திரிதை, சதுர்த்தி, பஞ்சமி, சஷ்டி, சப்தமி, அஷ்டமி, நவமி, தசமி, ஏகாதசி, துவாதசி, தியோதசி, சதுர்த்தசி என்பன ஒன்று முதல் பதினான்கு வரையிலான திதிகள். பதினைந்தாவது திதி பௌர்ணமி அல்லது அமாவாசை. திதி எனில் நாள். விநாயக சதுர்த்தி, நாக பஞ்சமி, கந்த சஷ்டி, கோகுலாஷ்டமி, ராம நவமி என்பன இந்துக்களின் பண்டிகை நாட்கள்.
சத்த ராசிகம் (சப்த ராசிகம்)	-	Rule of Seven, a compound proportion in which seven terms are given. கணித வகை.
சப்த உலோகம்	-	பொன், வெள்ளி, செம்பு, இரும்பு, ஈயம், தரா, கஞ்சம்.
சத்தாகம் (சப்தாக பாராயணம்)	-	ஏழு நாட்களுக்குள் பாகவதம் போன்ற புராணங்களைப் படித்துப் பொருள் கூறுதல்.
சப்தாவர்ணம்	-	திருவிழா முடிவுறும் நாளில், உற்சவ மூர்த்தியை ஏழுதரம் கோயிலைச் சுற்றிவரச் செய்தல். சுசீந்திரம் கோயிலில், பத்தாம் திருவிழா முடிவில் நடக்கும் சப்தாவர்ணம் விசேசமானது. மக்களைப் பிரிந்து கோயிலுக்குள் செல்லத் தட்டழியும் தாணுமாலயனைக் குறித்த நாஞ்சில் நாட்டுப் பழமொழி ஒன்றுண்டு. பரிதவிக்கும் மனிதர்களை, "என்னா, சத்தாவர்ணத்திலே தாணுமாலய சாமி தட்டழியது போலத் தட்டழியே?" என்பார்கள்.

சப்தக் கிரந்தி	-	The seven principals of metaphysics. மான், அகங்காரம், பஞ்ச தன்மாத்திரை எனும் ஏழு தத்துவங்கள்.
சத்திய லோகம்	-	மேல் ஏழ் உலகத்துள், பிரம்மன் வசிக்கும் உலகம். இன்று அட்டலோகம் என்று எட்டாவது உலகமாக அரசியல் தலைவர்களும் சினிமா நட்சத்திரங்களும் வாழும் உலகைச் சொல்லலாம்.
சப்த சரி	-	ஏழு சரமுள்ள கழுத்தணி வகை. "சப்தசரி ஒன்றிக் கோத்த முத்து வட்டமும்," என்பது தமிழ்ப் பாடல் வரி.
சப்த சந்தானம்	-	Fame resulting from seven kinds of great deeds. தடாகப் பிரதிஷ்டை, தன நிட்சேபம், அக்கிரகாரப் பிரதிஷ்டை, தேவாலயப் பிரதிஷ்டை, நந்தவனப் பிரதிஷ்டை, பிரபந்த நிர்மாணம், சத்திரப் பிரதிஷ்டை எனும் ஏழுவகைப் பெருங்காரியங்களால் ஏற்படும் கீர்த்தி.
சப்த வேதி	-	ஒலியின் மூலம் பொருளை இலக்காக வைத்து அம்பு எய்யும் வித்தை. காண்க, யப்பானிய நிஞ்சா சினிமாக்கள்.
சப்த பதார்த்தம்	-	1. The Seven categories of Indian logic. திரவியம், குணம், கிரியை, சாமானியம், விசேடம், சமவாயம், அபாவம் எனும் எழுவகைப் பொருட்கள்.
		2. The Seven categories of Metaphysics. ஜைனம், சீவம், நிர்ச்சீவம், சற்சீவம், நிர்ச்சரன், ஆசிரவம், பந்தம், மோட்சம்.
சப்த மண்டலம்	-	The Seven regions of the Universe.
		1. மேக மண்டலம், சூரிய மண்டலம், சந்திர மண்டலம், நட்சத்திர மண்டலம், கிரக மண்டலம், சப்த ரிஷி மண்டலம், துருவ மண்டலம். விஷ்ணு புராணத்தின்படி.

2. வாயு மண்டலம், வருண மண்டலம், சந்திர மண்டலம், சூரிய மண்டலம், நட்சத்திர மண்டலம், அக்னி மண்டலம், திரிசங்கு மண்டலம் என எழுவகை வான மண்டலங்கள் - சதுரகராதியின்படி.

சப்த மருந்து - The Seven winds of the universe residing in the Sabta mandalam. ஏழு வான் மண்டலங்களில் உறையும் காற்று. ஆவகம், பிரவகம், சம்வகம், உத்வகம், விவகம், பரிவகம், பிராவகம் எனும் ஏழு வாயுக்கள் - விஷ்ணு புராணம். எனக்கு தற்போது எழும் ஐயம், பிரவாகம், உத்வேகம், விவேகம் ஆகிய சொற்களுக்கு மேற்சொன்ன வளிகளுக்கும் தொடர்புண்டா என்பது.

சப்த பங்கி - The seven fold formula of the doctrine of qualified prediction. எடுத்துக்காட்டாக:

உண்டாம் - Perhaps it is.

இல்லையாம் - Perhaps it is not.

உண்டும் இல்லையுமாம் - Perhaps it is and is not.

சொல்லொணாததாம் - Perhaps it is not predicable.

உண்டுமாம் சொல்லொணாததுமாம் - Perhaps it is, and yet not predicable.

இல்லையுமாம் சொல்லொணாததுமாம் - Perhaps it is not, and not predicable.

உண்டுமாம் இல்லையுமாம் சொல்லொணாததுமாம் - Perhaps it is not, and it is not, and not predicable. தலை கறங்குகிறதல்லவா! இவை ஜைனர் கூறும் எழுவகை வாத முறை.

சப்தம், சத்தம் எனப் பார்த்து ஆயாசப் பட்டுப் போனால், இனி, எழு, ஏழு எனப் பார்க்கலாம்.

ஏழில் - நன்னன் எனும் தலைவனுடைய மலை. **நன்னன் ஏழில் நெடுவரை** - புறநானூறு.

ஏழிலைக் கிழங்கு - ஏழு கவராகப் பிரியும் இலைகளைக் கொண்ட கிழங்கு. மரச்சீனி, மரவள்ளி, குச்சி, கப்பை, கொள்ளி எனும் பெயர்களில் அழைக்கப் படுவது. திருவிதாங்கூர் ராஜ்ஜியத்தில் பெரும்பஞ்சம் வந்த காலை, மன்னர் விசாகம் திருநாள், 1883-ல் இதனை வரவழைத்துப் பயிர் செய்தார். இன்றும் இந்தக் கிழங்கு கேரளத்தில் Staple Fibre Food.

ஏழிலைப் பாலை - மரவகை. **பூத்த ஏழிலைப் பாலையைப் பொடிப் பொடியாகத் தேய்த்த**

எனும் வரி கம்பராமாயணம்.

ஏழு பெண் பருவம் - பேதை, பெதும்பை, மங்கை, மடந்தை, அரிவை, தெரிவை, பேரிளம் பெண் எனும் ஏழு பருவங்கள்.

எழுவகை மதம் - இந்த மதத்துக்கும் சமயத்துக்கும் தொடர்பில்லை.

1. உடன்படல், மறுத்தல், பிறர் மதம் மேற்கொண்டு களைதல், தானொரு பொருளை எடுத்து நாட்டி அதனை வருமிடந்தோறும் நிறுத்தல், இருவர் ஒருவர்க்கு ஒருவர்விரோதமாகக் கொண்ட இரண்டனுள் ஒன்றனிடத்துத் துணிதல், பிறர் நூலிலுள்ள குற்றம் காட்டல், பிறர் மதத்துக்கு உடன்படானாகித் தன் மதம் கொளல். Seven kinds of attitude of an author towards a certain subject. நூல் ஆசிரியர்க்குரிய எழுவகைக் கொள்கை, என்பது நன்னூல்.

எழுமதம் - Seven Kinds of Fluid exuding from seven parts of the body of the male elephant when he is in rut. ஆண் யானைக்கு மதம் பிடிக்கும்போது

அதன் ஏழு உறுப்பகளில் இருந்து பெருக் கெடுத்து வரும் மதநீர். கன்னமிரண்டு, கண்ணிரண்டு, கரத்துவாரம் இரண்டு, கோசம் ஒன்று என்ற ஏழிடத்தில் இருந்து யானைக்குத் தோன்றும் மதநீர்.

'அவுனுக்கு மதம் பிடிச்சிருக்கு', 'மதம் வேறென்ன?', 'மதத்துப் போனான்', 'மதம் அடங்கியாச்சு' என்பன கொழுப்பு ஏறிப் போனதைக் குறித்த நாஞ்சில் நாட்டு வழக்குகள்.

ஏழாம் துக்கம் - இறந்த வீட்டில் இறந்தவர் பொருட்டு, ஏழாம்நாள் செய்யும் சடங்கு.

ஏழூர் நாட்டார் - துளுவரில் ஒரு வகுப்பினர்.

எழுநா - அக்னி எனும் நெருப்புக் கடவுள் ஏழு நாக்குகள் கொண்டதாகச் சொல்வார்கள். அவை காளி, கராளி, மனோசலை, சுரோகிதை, சுதும்பரவருணை, புலிங்கினி, விசுவரூபி. 'எழு நாவுடையதாகிய அக்கினி' என்பது திவாகரம்.

எழுநிலை மாடம் - ஏழடுக்கு மாளிகை.

எழுமலை - Eastern mountain from behind which the sun is supposed to rise. உதயகிரி. 'எழுமலை, விழுமலை, புடைமணியாக' என்பது கல்லாடம்.

எழு பிறப்பு - தேவர், மனிதர், விலங்கு, பறவை, ஊர்வன, நீர்வாழ்வன, தாவரம்.

எழுமான் - ஒரு வகைப் பூண்டு.

எழுமீன் - The seven principal stars of Ursa Major. சப்தரிஷி மண்டலம். "கை தொழு மரபின் எழுமீன் போல" என்பது நற்றிணை வரி.

எழுமுடி - வெல்லப்பட்ட ஏழு அரசர்களின் மணி முடியால் செய்த சேரனின் மாலை. "எழு முடி கெழீஇய திருஞெமர் அகலத்து" என்பது பதிற்றுப் பத்து.

எழுமுரசு	-	அரசனது பயணத்தை அறிவிக்கும் முரசு. "எழுக வான் பயணம் என்றங்கு எழுமுரசு இயம்புவித்தார்" என்பது கம்ப இராமாயணம்.
எழுவனரைக் காடி	-	A mineral Poison.
எழுவகை அளவை	-	நிறுத்தல், பெய்தல், சார்த்தல், நீட்டல், தறித்தல், தேங்க முகத்தல், எண்ணல் - தொல்காப்பிய எழுத்ததிகார உரை.
எழுவாய் எழுஞ்சனி	-	பத்தாவது நட்சத்திரமான மகம். இந்த நட்சத்திரத்தில் தோன்றியவர் சைவ நாயன்மாரில் இளையான்குடி மாறனும் பன்னிரு ஆழ்வார்களில் திருமழிசை ஆழ்வாரும் படைப்பாளிகளில் நாஞ்சில் நாடனும் ஆவர்.
ஏழ்பரி	-	பரி எனில் குதிரை. பரி, நரியானகதை நமக்குத் தெரியும். சூரியனின் தேரில் பூட்டப்படும் புரவிகள் ஏழு. இதனைச் 'சப்தமா' என்பார்கள். சூரியச் சுடரை திரிபுசக் கண்ணாடியால் (PRISM) விரித்தால் வரும் ஏழு வர்ணங்கள் VIBGYOR எனப்படும். VIOLET, INDIGO, BLUE, GREEN, YELLOW, ORANGE, RED எனப்படுபவை குறியீட்டால் ஏழு புரவி களாகச் சொல்லப்படுகின்றன.
ஏழ்பரியோன்	-	சூரியன் (சூடாமணி நிகண்டு)
ஏழ்மை	-	எழு பிறவிகள். "ஏழ்மைப் பிறப்புக்கும் சேமம்" என்பது திவ்யப் பிரபந்தம்.
ஏழகம்	-	ஆடு (சூடாமணி நிகண்டு).
ஏழரை கழிதல்	-	கொடிய ஏழரையாண்டு சனி நீங்குதல். ஏழரை ஆட்டைச்சனி என்றும் சொல்வார்கள்.
ஏழாங்காப்பு	-	குழந்தை பிறந்த ஏழு நாளில் அணியும் காப்பு.
ஏழாங்கல்	-	சிறுமிகள் வீட்டிலிருந்து ஆடும் விளையாட்டு.
ஏழாங்கால்	-	திருமணத்துக்கு ஏழு நாட்கள் முன்பு நடும் பந்தற்கால்.

தொட்டனைத்து ஊறும் மணற்கேணி போலிருக்கிறது. இராக ஆலாபனையை ஒரு கட்டத்தில் முடித்துக் கொள்ளவும் வேண்டும். வண்ணத்தைப் பிதுக்குவதை எப்போது நிறுத்திக் கொள்ள வேண்டும் என்று ஓவியன் அறிந்திருக்க வேண்டும் என்பார் வண்ணதாசன்.

ஏழுக்கு அத்தனை முக்கியத்துவம் இருக்கிறது. ஏழு மேலுலகத் தவர்க்கும் ஏழ்நிலைக் கோபுரங்கள் அமைந்தாற் போன்று என்று, "ஏழ் பொழிற்கும் ஏழ்நிலத்தலம் சமைத்ததென்ன" என்று கம்பன் பாலகாண்டத்தில், நகரப் படலத்தில் கூறுகிறான். அயோத்தியா காண்டத்தில், தைலமாட்டுப் படலத்தில்,

ஏழிரண்டு ஆண்டும் நீத்து ஈண்டு வந்து உனைத்
தாழ்குவென் திருவடி; தப்பிலேன்

என்று பதினான்கு ஆண்டுகள் வனவாசம் போவதைப் பேசுகிறான். ஆரண்ய காண்டத்தில், சடாயு காண் படலத்தில், "முழுவது ஏழ் உலகு உடைய மைந்தன்மீர்" என்று இலக்குவனைப் பார்த்துப் பேசுகிறான்.

கிட்கிந்தா காண்டத்தில், அரசியல் படலத்தில், இராமன் சுக்ரீவனிடம்,

ஏழ் இரண்டு ஆண்டு யான் போந்து
எரிவனத்து இருக்க என்றேன் - என்கிறான்.

சுந்தர காண்டத்தில், பிணி வீட்டுப் படலத்தில், 'ஏழ் உயர் உலகங்கள் யாவும் இன்புற' என்றும் ஊர் தேடு படலத்தில், 'ஏழ் உலகின் வாழும் உயிர் யாவையும்' என்றும் யுத்த காண்டத்தில், மூல பலவதைப் படலத்தில் 'ஏழ் எனப்படும் கீழ் உள தலத்தின் நின்று ஏறி' என்றும் சுந்தர காண்டத்தில், உருக்காட்டுப் படலத்தில், வானர சேனையை, 'எழுபது வெள்ளம் கொண்ட எண்ணன' என்றும் வெகுவாக ஏழில் நின்று இயம்புகிறான் கம்பன்.

நிந்தனைப் படலத்தில் கம்பன் பாடல் ஒன்று அற்புதமானது.

மேருவை உருவ வேண்டின், விண் பிளந்து ஏக வேண்டின்
ஈரெழு புவனம் யாவும் முற்றுவித் திடுதல் வேண்டின்
ஆரியன் பகழி வல்லது அறிந்திருந்து அறிவிலாதாய்
சீரிய அல்ல சொல்லித் தலைபத்தும் சிந்துவாயோ?

என்பது அப்பாடல்.

பதின் மூன்றாம் நூற்றாண்டு உரையாசிரியர், பெரிய வாச்சான் பிள்ளை, ''ஏழ் உலகும் தனிக்கோல் செல்ல வாழ்வித்தருளினார்'' என்றும் ''ஏழ் உலகும் தனிக்கோல் செல்ல வீற்றிருக்கும்'' என்றும் எழுதுகிறார்.

செய்யுள் இலக்கணத்தில், ''எழு சீர்க் கழிநெடிலடி ஆசிரிய விருத்தம்'' என்றொரு விருத்தப் பாவகை. இவ்வினத்தில், சேக்கிழாரின் பெரிய புராணத்தில் 75 செய்யுள்கள் உண்டு, இங்ஙனம் ஏழெனும் எண்ணும் எழுத்தும் கண் எனத் தகுமே!

சரசுவதியை, கல்விக்கும் கலைகளுக்கும் அரசியை, பிங்கல நிகண்டு, ''எழுத்தின் கிழத்தி'' என்கிறது. நேரம் குறிக்க, நாட்டார், எழுத்து மறை வேளை என்பார்கள். எழுத்தாணியை எழுத்தூசி என்றும் வேதமாகிய நான் மறையை எழுதாக் கிளவி, எழுதாக் கேள்வி என்று குறிப்பார்கள்.

சந்தனக் குழம்பால் பெண் முலை மேல் வரையும் ஆபரணம் போன்ற படர் கொடியை எழுது கொடி என்றனர். முலைமேல் எழுதும் தொய்யில் என்றனர். ''முலை மேல் எழுது கொடியாக எழுதி'' என்று சீவக சிந்தாமணி உரையாசிரியர் பொருள் எழுதுகிறார்.

**எண்ணென்ப ஏனை எழுத்தென்ப இவ்விரண்டும்
கண்ணென்ப வாழும் உயிர்க்கு.**

எனும் திருக்குறள், நமக்குக் கற்பிக்கப்பட்டதை விடவும் ஆழ்ந்த பொருளுடையது.

தமிழினி,
அக்டோபர் 2008

8. அட்டம்

அட்டல், அடுதல் என்றால் வார்த்தல், சமைத்தல் என்று பொருள். கோவையில் பேக்கரி எனும் ஆங்கிலச் சொல்லுக்கு மாற்றாக அடுமனை என்று பயன்படுத்துகிறார்கள். அதைக் கேலி செய்வாரும் உண்டு. எதைத்தான் நாம் கேலி செய்யவில்லை?

அடப்பண்ணி வைத்தார் அடிசிலை உண்டார்
மடக்கொடி யாரொடு மந்தணம் கொண்டார்.

என்பது திருமந்திரம்.

சமைத்த உணவை அடிசில் என்றனர். எனவேதான் அக்கார அடிசில் என்பதும் அக்கார அடலை என்பதும். அக்காரம் எனில் சர்க்கரை. இது வைணவ சர்க்கரைப் பொங்கல்.

அடுகளம் எனில் போர்க்களம். 'அடுகளம் பாழ்பட வெருக்கொண்டு ஓட' என்பான் கம்பன். கொல்லும் தன்மையுடைய வில்லை அடுசிலை என்றனர். 'இடக்கையால் ஆற்றினான் தன் அடுசிலை' என்பதும் கம்பன். அடுதல் என்றால் கொல்லுதல், அழித்தல், அடுபடை என்றாலும் கொல்லத் தக்க அம்பு எனப்படும். அடு போர் எனில் கொல்லும் படியான போர். 'அவன் அங்கு அடுபடை தொடுத்துவிட்டு அறுத்தனன்' என்று சொன்னதும் கம்பன்தான்.

அடுதல் - சமைத்தல் எனும் பொருள் சார்ந்தே 'அடை' என்ற பலகாரத்தின் பெயர் வந்திருக்கும். சமையல் செய்யும் இடமான மடைப்பள்ளியை 'அட்டில்' என்றனர். அடல் என்றாலும் சமைத்தல்தான்.

அடுப்பு என்பதும் அடுக்களை என்பதும் அடுக்குள் என்பதும் அடுதலில் பிறந்தவையே. அடிசில் சாலை எனில் அன்ன சத்திரம். கலா சாலை, நாடக சாலை, கல்விச் சாலை, யாக சாலை, நாட்டிய சாலை, பாடசாலை என்பன போன்று.

அடிசில் தளி, அடிசிற்றளி எனில் மடைப்பள்ளி, சமையற்கட்டு. அடுகலன் எனில் சமைக்கும் பாத்திரம். அடுப்புக் கும்பி எனில் அடுப்புச் சாம்பல். அடுப்பங்கரை என்றும் அடுப்புக் கொட்டம் என்றும் சமைக்கும் இடத்தைச் சொல்வார்கள்.

அட்டாலும் பால் சுவையில் குன்றாது அளவு அளவாய்
நட்டாலும் நண்பல்லார் - நண்பல்லர்
கெட்டாலும் மேன்மக்கள் மேன்மக்களே சங்கு
சுட்டாலும் வெண்மை தரும்

எனும் பாடல் வாக்குண்டாம் எனும் மூதுரையில் ஔவை மொழிவது.

அடுதலில் பிறந்தது அடுப்பு. உடுத்தலில் பிறந்தது உடுப்பு என்பது போல. அடுப்பு எனும்போது ஒற்றை அடுப்பு, கொடி அடுப்பு அல்லது கிளை அடுப்பு, இரட்டை அடுப்பு, கோட்டை அடுப்பு, குமுட்டி அடுப்பு என அநேகம். ஏகம் எனில் ஒன்று, அநேகம் எனில் பல. ஆகவே இறைவனை ஏகன் அநேகன் என்றனர். குயவர் மண்ணினால் அடுப்பு வனைந்து சூளையில் சுட்டு, தலைச் சுமடாகவும் ஒற்றைக்காளை வண்டியிலும் விற்பனைக்குக் கொணர்ந்தனர். அடுப்பில் மிகக் கனமானதாக, செங்கோட்டை அடுப்பு என்ற தனி இனம் உண்டு. இடிந்து போன அடுப்பைக்கூடப் புதிதாய்ப் பதிக்க நல்ல நாள் பார்த்தனர் தமிழர். பரணி நட்சத்திரத்தில் என்று எனக்கு ஞாபகம்.

அடப்பம் எனில் தாம்பூலம். தாம்பூலச் செல்லம் அல்லது வெற்றிலைச் செல்லம் தாங்கியவரை அடப்பக்காரன், அல்லது அடப்பந்தாங்கி என்றார்கள். அடைக்காய் எனில் பாக்கு. 'மெல்லடகு உண்டு விளங்கினான்' என்று கம்பன் அயோத்தியாகாண்டத்தில் பேசுவான்.

நடைமுறைத் தமிழில் அடகு என்பதற்கு ஈடு அல்லது பணயம் என்றும் பொருள். அடகு வைத்துப் பணம் வாங்குதல். எனவே அடகுக்காரன், அடகு பிடிப்பவர், அடகு வைத்திருக்கிறான் என்பன.

அடகு எனும் சொல்லின் பொருள் இலைக்கறி அல்லது கீரை என்பதாகும். கீரையை மலையாளத்தில் சீரை என்கின்றனர். இது மொழி ஆய்வாளர் கவனத்துக்கு. அடைக்காய் எனும் பாக்கையும் மலையாளிகள் அடக்கா என்கிறார்கள். மதுரைக் காஞ்சியில் இலைக் கறியை அடகு என்று குறித்துள்ளார்.

விஞ்ஞானப் புனைகதையாளர் வசனம் எழுதி, மெய்ஞ்ஞானத் தமிழறிஞர் வசனம் பேசிய, திரைக்கதையின் இரு பாத்திரங்களின்

பெயர் அங்கவை, சங்கவை. அவர்கள் பாரியின் மகளிர். புறநானூற்றில் நூற்றுப் பன்னிரண்டாவது பாடல் இவர்கள் யாத்தது.

திணை: பொதுவியல், துறை: கையறு நிலை.

அற்றைத் திங்கள் அவ்வெண் நிலவின்,
எந்தையும் உடையேம்; எம் குன்றும் பிறர் கொளார்;
இற்றைத் திங்கள் இவ்வெண் நிலவின்,
வென்று எறி முரசின் வேந்தர் எம்
குன்றும் கொண்டார்; யாம் எந்தையும் இலமே!

அந்தப் பாரிமகளிரிடம் உணவருந்தப் போனாள் ஔவை. எளிதான உணவான கீரை சமைத்து உணவிட்டனர். அது ஔவைக்கு அமுதாக இருந்தது. வேறு வழியின்றி எளிய கீரை. புறநானூற்றில் பெருஞ்சித்திரனார் பாடுவாரல்லவா, அந்த எளிய கீரை.

குப்பைக் கீரை கொய்கண் அகைத்த
முற்றா இளந்தளிர் கொய்து கொண்டு, உப்பு இன்று,
நீர் உலையாக ஏற்றி, மோர் இன்று,
அவிழ்ப் பதம் மறந்து, பாசடகு மிசைந்து

என்பதில் வரும் கீரை.

திணை: பாடாண். துறை: பரிசில் கடா நிலை, குமணனைப் பெருஞ்சித்திரனார் பாடியது, பாடல் - 159.

பாரிமகளிர் சமைத்து அளித்த கீரை எனும் அடகு, அது அமுது எனச் சொன்னாள் ஔவை.

வெய்தாய் நறுவிதாய் வேண்டளவும் தின்பதாய்
நெய்தான் அளாவி நிறம்பசந்த - பொய்யா
அடகென்று சொல்லி அமுதத்தை இட்டாள்
கடகம் செறிந்த கையாள்

எனும் வெண்பாவில் சொல்கிறாள்.

இதிலோர் கேள்வி எழும், ஏன் கடகம் செறிந்த, பொன் வளையல்கள் அணிந்த கையாள், எளிய கீரை சமைக்க வேண்டும்? இதில், அண்ணாச்சி நெல்லை கண்ணன் எனக்குச் சொன்ன விளக்கம், பரிமாறும்போது கடகம் இல்லை. ஆனால் கடகம் அணிந்திருந்ததற்கான வெள்ளைத்தடம் இருந்தது, எனவே கடகம் செறிந்த - முன்பு தங்கக்

கடகங்கள் அணிந்து இருந்து, இப்போது கடகம் இல்லாத, தடம் மட்டும் இருக்கும் - கையாள் என்று பொருள் கொள்ள வேண்டும் என.

இங்ஙனம் உயர்வான புறநானூற்றுப் பாடல் எழுதிய, ஔவையால் பாடப்பெற்ற அங்கவை - சங்கவையைத்தான் தமிழ் சினிமா கேவலப்படுத்தியது. அதற்கு இங்கு எந்த சுயமரியாதை எதிர்ப்பும் இல்லை. இதில் ஆச்சரியம் என்ன என்றால், விஞ்ஞானப் புனை கதையாளர் புறநானூற்றுக்கு மலிவு உரை எழுதியவர். வசனம் பேசியவர், மேடைத் தமிழ் வளர்ப்பவர். இந்தியில் ஓர் வசவு உண்டு, ''காண்ட் மே சர்பி'' என்று. அதாவது குண்டியில் கொழுப்பு ஏறிவிட்டது என்று பொருள்.

அடகுக்கு மேலுமோர் இலக்கிய எடுத்துக்காட்டு. இராமாயணம், சுந்தர காண்டத்தில், காட்சிப் படலத்தில், அசோக வனத்தில் தனித்திருந்த, தவசிருந்த, சீதாப்பிராட்டியை அனுமன் கண்டபோது வரும் பாடல்.

**அருந்தும் மெல் அடகு ஆர் இட அருந்தும் என்று அழுங்கும்
விருந்து கண்டபோது என் உறுமோ என்று விம்மும்
மருந்தும் உண்டு கொல் யான் கொண்ட நோய்க்கு என்று மயங்கும்**

எனும் பாடல் அது. விருப்பமுடன் இராமன் உண்கின்ற மெல்லிய, பசிய அடகு கீரை யார் சமைத்துப் போட்டு உண்பான் என்பது ஏக்கம். அடகு எனில் தாம்பூலம் எனப் பொருள் கொள்வாரும் உண்டு.

அடவி என்று சொன்னால் காடு. செண்பக அடவி என்பது குற்றாலத்து செண்பகச் சோலை அருவி. அதைச் செண்பகாதேவி என்கிறார்கள். செண்பகக் காடு எனும் சொல் ஏற்படுத்தும் காட்சிப் படிமம் எத்தனை அற்புதமாக இருக்கிறது!

அடுதல், அடவி, அடைப்பம், அடகு எனத் தொடர்ந்து போனால் அகப்படும் அருமையான சொல் அட்டம். அட்டம் எனில் எட்டு என்று பொருள். இது அஷ்ட எனும் வடமொழிச்சொல்லின் தமிழ்ச்சொல்லா அல்லது வேட்டி எனும் தமிழ்ச்சொல் வேஷ்டி ஆனதைப்போல, அட்டம் என்பதுதான் அஷ்டம் ஆயிற்றா எனும் கேள்வியை ஆய்வாளருக்கு விட்டுவிட்டு மேற் செல்கிறேன். 'அட்டமாம் புயம் ஆகுமாம் ஆருரரே' என்பது தேவாரம்.

'அபிதான சிந்தாமணி' எனும் ஆ. சிங்காரவேலு முதலியாரின் நூலை முன்பு நான் கேள்விப்பட்டதுண்டு. பத்து ஆண்டுகளுக்கு முன்பு அதை ஜெயமோகன் வீட்டில் பார்த்தேன். சென்னை புத்தகக்

கண்காட்சியில் ஜனவரி 12-ம் தேதி, 2005-ம் ஆண்டில் நானும் அவரும் உலவி வரும் காலை கழிவுபோக நானூற்று நாற்பத்தைந்து ரூபாய்க்கு வாங்கி, ஓர் நினைவுக்காக அவரிடம் கையெழுத்தும் வாங்கி வைத்துக் கொண்டேன்.

நிற்க. இளம் தமிழ் இலக்கியவாதிகள் ஒரு சொல் கேளீர்.

பொழுது போகாமல் திருட்டு டி.வி.டியில் திருட்டுத் தொழில் வளர்க்கும் தமிழ் சினிமா பார்ப்பதற்கு பலமடங்கு மேலானது 'அபிதான சிந்தாமணி'யில் மேய்வது.

அட்டம் தொடர்பாக, அபிதான சிந்தாமணியில் இருந்து சில சுவாரசியமான தகவல்கள்.

அட்டகன்	-	விசுவாமித்திரனின் குமாரர்களில் ஒருவன்.
அட்டாவதானம்	-	ஒரே சமயத்தில் எட்டு வேலைகள் செய்வது.
அட்டாவதானி	-	ஒரே சமயத்தில் வெவ்வேறு எட்டுத் திறமைகள்காட்டுபவர். விவரம் மேற்சொன்ன நூலில் இருக்கிறது. இதுபோல் தசாவதானி எனில் பத்தும் சதாவதானி எனில் நூறும் செய்கிறவர். மிக அண்மையில் வாழ்ந்தவர் தாம் தசாவதானி ஆறுமுக நாவலரும், சதாவதானி செய்குத்தம்பி பாவலரும்.
அட்டகோண மகரிஷி	-	கண்டுவ ரிஷியின் புத்திரன். இவர் பற்றிய சுவையான பல கதைகள் வாசிக்கக் கிடைக்கின்றன.
அட்ட கணிதம்	-	சங்கலிதம், விபகலிதம், குணனம், பாகாரம், வர்க்கம், வர்க்க மூலம், கனம், கன மூலம்.
அட்டகிரி	-	எட்டு மலைகள். இமயம், மந்தரம், கைலாசம், விந்தியம், நிடதம், ஏமகூடம், நீலம், கந்தமாதனம்.
அட்டபந்தனம்	-	கோயில் மூலவர்களை நிலை நிறுத்தும் எட்டு பந்தனங்கள். சுக்கான்கல், கொம்பரக்கு, எருமை வெண்ணெய், குங்கிலியம், சாதிலிங்கம், செம்பஞ்சு, தேன்மெழுகு, நற்காவி.

அட்டபுட்பம் - புன்னை, வெள்ளெருக்கு, செண்பகம், நந்தியாவர்த்தம், நீலோற்பலம், பாதிரி, அலரி, செந்தாமரை.

அட்டமச்சனி - எட்டாவது ராசியில் நிற்கும் சனி கிரகம். எனக்குத் தற்போது ஏழரை நாட்டுச்சனி.

அட்டமி - எட்டாவது நாள். ஏகாதசி, துவாதசி, தியோதசி, சதுர்த்தசி, பஞ்சமி, சஷ்டி, சப்தமி, அஷ்டமி, நவமி, தசமி என்பது வரிசை.

அட்டலோகபற்பம் - எட்டு உலோகங்களின் பஸ்மம், அவை (அட்டதாது) பொன், வெள்ளி, செம்பு, இரும்பு, வெண்கலம், தரா, வங்கம், துத்தநாகம்.

அட்டவீரட்டம் - சிவன் போரிட்டு வென்ற எட்டுத்தலங்கள் கண்டியூர், கடவூர், அதிகை, வழுவூர், பறியலூர், கோவலூர், குறுக்கை, விற்குடி இதில் நான் திருக்கோவிலூருக்கும் திருக்கடவூருக்கும் சென்றிருக்கிறேன்.

அட்ட சித்தி - எட்டு சித்திகள். அணிமா, மகிமா, கரிமா, இலகிமா, பிராப்தி, பிராகாமியம், சத்துவம், வசித்துவம்.

அட்டாவக்கிரன் - ரிஷி. எட்டுக் கோணல் கொண்ட முனிவன்.

அட்ட வசுக்கள் - வசு எனும் தாய்க்கும் பிரமன் எனும் தகப்பனுக்கும் பிறந்தவர். அனலன், அணிலன், ஆபத்சைவன், சோமன், தரன், துருவன், பிரத்யூஷன், பிரபாசன்.

அட்டமங்கலம் - எட்டு மங்கலப் பொருட்கள். கண்ணாடி, நிறைகுடம், கொடி, சாமரம், அங்குசம், முரசு, விளக்கு, இணைக்கயல் என்பன புராணத்தின் படி. கண்ணாடி, பூர்ண கும்பம், காளை, இரட்டை வெண் சாமரம், இலக்குமி, உரு, சுவஸ்திகம், சங்கு, தீபம் என்பன ஆகமத்தின் படி.

அட்ட மணம் - எண் வகைத் திருமணங்கள். பிரமம், பிரஜா பத்தியம், ஆரிடம், தெய்வம், காந்தர்வம், ஆசுரம், இராகவதம், பைசாசம்.

அட்ட மாநாகர் - எட்டுப் பெரும் பாம்புகள், தனித்தனிக் கதைகள் உண்டு. அநந்தன், வாசுகி, தக்கன், கார்க்கோடகன், பதுமன், மகாபதுமன், சங்கபாலன், குளிகன்.

அட்ட மூர்த்தம் - சிவ மூர்த்தம். சிவ கணம். பூமி, நீர், தேயு, வாயு, ஆகாயம், சூரியன், சந்திரன், இயமானன்.

அட்டதிக்குப் பாலகர் - நாம் புழங்குவது போலன்றி, திசைகள் நான்கு மட்டும் அல்ல. எட்டுத் திக்குகள், பதினாறு கோணங்கள் என்பார் பெரியோர். எட்டுத்திசைக்கும் பொறுப்பான அதிபதிகளை அட்டதிக்குப் பாலகர் என்பார். பத்ததி அல்லது வரிசை வைப்பு முறைப்படி அவர்கள் இந்திரன், அக்னி, யமன், நிருதி, வருணன், வாயு, குபேரன், ஈசானன் என்பார்கள்.

இராமனைப் பார்த்து, அனுமன் வியக்கும் வரியொன்று சொல்வான் கம்பன்.

தேவரும் பிறரும் அல்லன், திசைக்களிறு அல்லன், திக்கின் காவலன் அல்லன் என்று.

அட்ட கணநாதர் - நந்தி, மகாகாளர், பிருங்கி, கணபதி, இடபம், கந்தர், பார்வதி, சண்டர்.

அட்ட கணபதிகள் - ஆதி கணபதி, மகா கணபதி, நடன கணபதி, சத்தி கணபதி, வாலை கணபதி, உச்சிட்ட கணபதி, உக்ர கணபதி, மூல கணபதி.

அட்ட கர்மம் - வசியம், மோகனம், உச்சாடனம், தம்பனம், பேதனம், ஆகர்ஷணம், வித்வேஷணம், மாரணம்.

அட்ட கல்யாணி - கால், முகம், தலை, வால், மார்பு இவை வெளுத்த குதிரை. ஐந்து தானே ஆயிற்று எனல் வேண்டாம். கால் எனில் நான்கு கால்கள்.

அட்ட கீட பேதம் - ஓணான், தவளை, காட்டு ஈ, வீட்டுப் பல்லி, காட்டு மசகம், மட்சிகம், மலைப் பீலிகம், சிலந்தி.

அட்ட குற்றம்	-	அந்தராயம், ஆயு, கோத்திரம், ஞானவரணியம், தரிசனாவரணியம், நாம்ம், மோகநீயம், வேதநீயம்.
அட்ட குன்மம்	-	சூலை குன்மம், வாத குன்மம், பித்த குன்மம், சிலேத்தும குன்மம், எரிகுன்மம், சத்தி குன்மம், வன்னி குன்மம், சலி குன்மம்.
அட்ட சத்திகள்	-	சயை, விசையை, சயந்தி, அபராசிதை, சித்தை, இரத்தை, அலம்புசை, உற்பலை என்றும் வாமை. சேஷ்டை, ரௌத்திரி, காளி, கலவிகரிணி, பலவிகரிணி, பலப் பிரதமனி, சர்வபூத தமனி என்றும் கூறுவர்.
அட்ட தயாவிருந்தி	-	பிறர் ஐயந் தீர்த்தல், தீமைக்கஞ்சல், பிறர் துயர்க்கிரங்கல், பிறர் கருமத்திற்கு உடன் படல், பிறர் கருமம் முடிக்க விரைதல், பிறர்க்குப் பொருள் வரவை உவத்தல், பிறர் செல்வம் பொறுத்தல்.
அட்டதனம்	-	அழகு, குணம், ஆயுள், குலம், சம்பத்து, வித்தை, விவேகம், தனம்.
அட்டதிக்கு	-	எட்டுத் திசை. கிழக்கு, தென்கிழக்கு, தெற்கு, தென்மேல், மேற்கு, வடமேல், வடக்கு, வடகீழ்.
அட்ட தேவகணங்கள்	-	ஆதித்யர், வசுக்கள், ருத்ரர், விச்வ தேவர், சாத்யர், மருத்துக்கள், பிருகு, அங்கிரர்.
அட்ட பரிசம்	-	எட்டு வகையான ஸ்பரிசங்கள். ஊன்றல், கட்டல், குத்தல், தடவல், தட்டல், தீண்டல், பற்றல், வெட்டல்.
அட்டபாலகர்குறி	-	இடி, புகை, சீயம், யாளி, இடபம், கழுதை, யானை, காகம்.
அட்டபுஷ்பங்கள்	-	அகிம்சை, இந்திரிய அடக்கம், க்ஷாந்தி புஷ்பம், தயா புஷ்பம், ஞான புஷ்பம், தவ புஷ்பம், சத்திய புஷ்பம், பாவ புஷ்பம்.
அட்ட போகம்	-	1. பெண், நீராடல், ஆடை, அணிகலன், போசனம், தாம்பூலம், பரிமளம், பாட்டு.

2. விக்கிரயம், தானம், அடகு, ஜலம், தரு, பாஷாணம், நிதி, நிக்ஷேயம்.

3. அட்சிணி, ஆகாமி, ஜலாமிருதம், பாஷாணம், நிதி, நிக்ஷேபம், சித்தி சரத்தியம்.

அட்ட மகா ரோகங்கள் - வாதம், கல்லடைப்பு, மகோதரம், குஷ்டம், மேகம், பகந்தரம், மூலம், கிரகணி. இவை எளிதில் வசமாகா.

அட்டமாத்ருகைகள் - காமம் - யோகீச்வரி, குரோதம் - மாகேச்வரி, மதம் - பிரம்மாணி, லோபம் - வைஷ்ணவி, மோகம் - கௌமாரி, மாச்சர்யம் - இந்திராணி, பிசுநம் - யமதண்டி, அசூயை - வராகி.

அட்ட மாந்தம் - செரியாமாந்தம், போர் மாந்தம், மலடி மாந்தம், பெருமாந்தம், வாத மாந்தம், சுழி மாந்தம், வலி மாந்தம், கணமாந்தம்.

அட்ட மூலம் - சுக்கு, அரத்தை, செவ்வியம், சித்திர மூலம், கண்டு பரங்கி, கோரைக் கிழங்கு, நன்னாரி, காஞ்சொறி வேர்.

அட்ட லட்சுமி - தனலட்சுமி, தானிய லட்சுமி, விஜயலட்சுமி, வீரலட்சுமி, சந்தானலட்சுமி, கஜலட்சுமி, வித்யா லட்சுமி, தைர்ய லட்சுமி.

அட்ட லோகி - எட்டு உலோகங்களில் பணி செய்யும் கம்மாளன்.

அட்ட வயிரவர் - காளியின் காவலர்கள்.

1. சுதந்திரவயிரவன், சுலோச்சாலவயிரவன், உலோக வயிரவன், கால் வயிரவன், உக்ர வயிரவன், பிரச்சையா வயிரவன், நின்மாண வயிரவன், பூஷண வயிரவன்.

2. சங்கார கால வயிரவன், அசிதாங்க வயிரவன், குரோத வயிரவன், சண்ட வயிரவன், உன்மத்த வயிரவன், கபால வயிரவன், விபீஷண வயிரவன், மார்த்தாண்ட வயிரவன்.

அட்ட வர்க்கம் - சீரகம், கருஞ்சீரகம், சுக்கு, மிளகு, திப்பிலி, இந்துப்பு, பெருங்காயம், ஓமம்.

அட்டவித பரீட்சை - நோயாளியைச் சோதித்தறிவது. நாடி, ஸ்பரிசம், ரூபம், சத்தம், நேத்திரக் குறி, மூத்திரக் குறி, நாவின் குறி, மலக்குறி.

அட்ட ஊறு - சருச்சரை, சீர்மை, தண்மை, திண்மை, நொய்மை, மென்மை, வன்மை, வெம்மை.

அட்டாங்க யோகம் - எட்டு அங்க யோகம்.

அட்டதசகுணம் - பதினெட்டுக் குணங்கள். பசி, தாகம், பயம், கோபம், சந்தோஷம், விருப்பம், நினைவு, உறக்கம், நரை, நோய், மரணம், பிறப்பு, மதம், இன்பம், அதிசயம், வியர்த்தல், துன்பம், செயலின்மை.

அட்டதசமூலம் - பதினெட்டு மூலங்கள். கொடிவேலி, எருக்கு, நொச்சி, முருங்கை, மாவிலிங்கம், சுங்கங்குப்பி, தழுதாழை, குமிழ், பாதிரி, வில்வம், கண்டங் கத்திரி, கறிமுள்ளி, சிற்றாமல்லி, பேராமல்லி, வேர்க்கொம்பு, கரந்தை, தூதுளை, நன்னாரி.

அட்டஐசுவரியம் - இராசாங்கம், மக்கள், சுற்றம், பொன், மணி, நெல், வாகனம், அடிமை.

அட்டதிக்கஜங்கள் - இவை அட்ட திக்குப் பாலகருடன் சேர்த்துப் பார்க்கப்பட வேண்டியவை. எட்டுத் திக்கிலும் நின்று பூமியைத் தாங்கும் திசை யானைகள் இவை. எனது நாவல் தலைப்பு ‘எட்டுத் திக்கும் மத யானை’ என்பதை நான் இவற்றில் இருந்தே எடுத்தாண்டேன்.

‘திசையானை மருப்பொசித்துச் செருச்செய்து’ என்றொரு பாடல் வரி உண்டு. மருப்பு, கோடு என்றால் தந்தம். ‘வாரணம் பொருத மார்பும்’ என்று கம்பன் இராவணனைக் குறிப்பது, அவன் திசை யானைகளைப் போரிட்டு வென்ற செய்தி சொல்லத்தான்.

‘மருப்பு ஒசித்த மாதவன் தன் வாய்ச் சுவையும் நாற்றமும் விருப்புற்றுக் கேட்கின்றேன்’ என்று ஆண்டாள் பாடுவது யானையைப் போரிட்டு வென்ற மாலை, மணிவண்ணனை, மாதவனை.

எட்டுத் திசைகளுக்கும், அந்தத் திசைகளின் திசை யானைகளுக்கும் பெயருண்டு.

ஐராவதம், புண்டரீகம், வாமனம், குமுதம், அஞ்சனம், புட்பதந்தம், சார்வபௌமம், சுப்ரதீபம், இவையாவும் களிறு அல்லது ஆண்யானைகள்.

இவற்றிற்கு இணையாகப் பிடிகள் அதாவது பெண் யானைகள் உண்டு. பத்ததியாகக் கொளல் வேண்டும். அப்பிரமை, கபிலை, பிங்களை, அனுபை, தாம்ரபரணி, சுப தந்தி, அங்கனை, அஞ்சனாவதி.

இத்தனை விரிவாக நான் இங்கு எழுதக் காரணம், தொன்மங்களைத் தேடி இலத்தீன் அமெரிக்கக் காடுகளில் பேய்போல் திரியும் எமது பின் நவீனத்துவ இலக்கியத் தோழர்கள் நமது காவி தரித்து திரியும் பரதேசிகளின் பொட்டலங்களையும் அவிழ்த்துப் பார்ப்பது நன்று என்பதற்காகவே!

இந்திரனுடைய திசை கிழக்கு. அவனது யானை ஐராவதம். அதன் பிடியானை அப்ரமை எனக் கொண்டு பட்டியல் இட வேண்டும். கிழக்கு என்பதைக் கீழ்த்திசை என்றும் கீழ் என்றும் குணதிசை என்றும் குணக்கு என்றும் கொள்வார்கள். விளங்கவில்லை எனில் East எனக் கொள்க. சூரியன் உதிக்கும் திசை கிழக்கு, ஒரு அர்த்தத்தில் திசைகள் என்பதே தேவை கருதிய கற்பிதம்தான் என்றாலும் சித்திரை மாதத்தை தமிழ் வருடப்பிறப்பு என்று கொள்வதை மாற்றி, தை மாதத்தை தமிழ்ப் புத்தாண்டாகக் கொண்டாட அரசாணை ஒன்று வந்தது போல், அடுத்த அரசாணை வரும் வரைக்கும் கிழக்கு குணக்கு, East யாவும் சூரியன் உதிக்கும் திசையாகக் கொள்வோம்.

சற்று எளிதாகக் கீழ்க்காணும் வரைபடம் மூலம் அறிந்து கொள்ளலாம்.

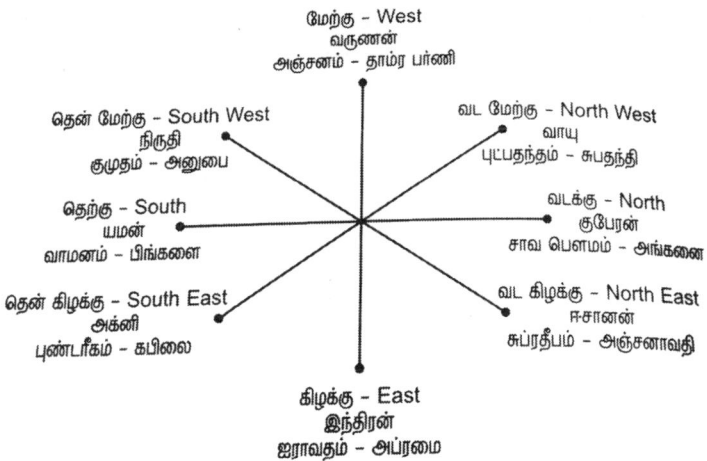

நாஞ்சில்நாடன்

அட்ட திக்பாலகர்கள், அவர்களின் வாகனங்கள், ஆயுதங்கள், நிறங்கள், பிடித்தமான உணவு, ஆடை ஆபரணங்கள், மலர்கள், யானை, குண விசேடங்கள் என்று பயணம் செய்து பார்ப்பது சுவாரசியமானது. நாட்டார் பண்பாட்டில் அவர்கள் அடுக்களை அமைக்கும் இடம், கன்னிக்கு வைத்துக் கொடுக்கும் இடம், பத்தாயப் புரை நிறுத்தும் இடம் என்று தீர்மானித்து வைத்துள்ளவற்றுக்கும் இந்தத் தொன்மங்களுக்கும் தொடர்புள்ளது.

கிரேக்க எகிப்திய, சீன, யப்பானியத் தொன்மங்களைக் கண்ணுறுவதைப்போல், நாம் நமது இந்தியத் தொன்மங்களையும் ஆராய்ந்து பார்க்க வேண்டும். மாறாக இரண்டாயிரம் ஆண்டுகளுக்கு முன்பு பார்ப்பான் நம் தலையில் ஏற்றி வைத்த புளுகு மூட்டை இதுவென்றும் சிந்துபாத் கிழவனைச் சுமப்பது போல் யாமும் தலை நோவ, கழுத்து வலிக்க, முதுகுத் தண்டு வளைய புலம்பிக் கொண்டும் பொருமிக் கொண்டும் சுமந்து வருகிறோம் என்றும் இறக்கி வைக்க வழி தெரியவில்லை என்றும் சொல்வது ஆயாசமூட்டுவதாக இருக்கிறது.

பின்குறிப்பு:

பெரும்பாலும் தகவல்கள் அபிதான சிந்தாமணி, அபிதான கோசம், அபிதான மணிமாலை, தமிழ் லெக்சிகன் ஆகியவற்றை ஒப்பு நோக்கி எடுக்கப்பட்டது. சில எமது நினைவுக் கிடங்கிலிருந்து தோண்டப்பெற்றவை. பிழைகள் இருக்கலாம், இருந்தால் திருத்தி வாசித்துக் கொள்ளவும் தகவல் தரவும் வேண்டுகிறேன்.

தமிழினி,
ஆகஸ்ட் 2008.

9. நவம்

செல்லாமல் போய்விட்ட பண்டைய நாணயங்களை ஒத்து, மொழிக்குள் இலட்சக்கணக்கான சொற்கள் புதைந்து கிடக்கின்றன. நம் மொழிக்குள் என்று இல்லை, எம் மொழிக்குள்ளும். இன்றைய மதிப்பீட்டில் அவை காலாவதி ஆகி இருக்கலாம். ஆனால் வேறோர் சந்தை மதிப்பில் அவை அரிதானவை.

2011ம் ஆண்டின் ஜனவரி மாதம், 2009 -க்கான கலைமாமணி விருதை அன்றைய முதலமைச்சர் கருணாநிதி கையிலிருந்து பெற்றுக் கொண்டு, விமானமேறி, 2010 -க்கான சாகித்ய அகாதமி விருதை புது தில்லியில் ஏற்றுக்கொண்டு அரித்துவார் போயிருந்தேன். என்னுடன் மனைவியும் இருந்தார். மனைவியின் விமானச் செலவை தில்லி தமிழ்ச்சங்க நிர்வாகி ஒருவரும், தங்குமிடவசதியை நீண்டகால குடும்ப நண்பர் எஸ். வைத்தியநாதனும் பார்த்துக் கொண்டனர்.

அரித்துவார், ரிஷிகேஷ் போய் வருவதற்கான பயணச்சீட்டுக்களை, ‘வடக்குவாசல்’ ஆசிரியர் பெண்ணேஸ்வரன் வாங்கித்தந்தார். தலை எங்கே, வால் எங்கே என்று அறிந்து கொள்ள முடியாத, ஆயிரக்கணக்கான ஆண்டுகளாய்ப் பெருக்கெடுத்துப் பாய்ந்து கொண்டிருக்கும் ஆழமும் அகலமும் நீளமும் வேகமும் கொண்ட கங்கையைக் கண்டு பரவசப்பட்டு நின்றோம். கங்கா மா, கங்கா மையா, கங்கா மாயி எனப் புளகப்பட்ட பெருங்கூட்ட ஒலியின் ஊடே கங்கை ஆரத்தி கண்டோம். தங்கியிருந்த விடுதிக்கு, 14°C குளிரில் திரும்ப நடந்தபோது, நான்கடி அகலம், பத்தடி நீளத்தில் விரிக்கப்பட்டிருந்த கித்தான் துணியின் மேல், பழங்கால நாணயங்கள் விற்பனைக்குப் பரப்பி வைக்கப் பட்டிருந்தது கண்டோம்.

பழைய செம்பு ஓட்டைக் காலணா, பித்தளை அரையணா, ஓரணா, இரண்டணா, கறுக்காத இரும்புக் கால் ரூபாய், அரை ரூபாய்,

ஒரு ரூபாய், பிந்தைய செப்பு ஒரு காசு, பித்தளை இரண்டு காசு, ஐந்து காசு, பத்து காசு, இருபது காசு, இன்றைய நடப்பு நாணயங்கள் எனப் பல்வகை. பாரத் துணைக் கண்டத்தின் 56 தேசங்களில் எவரெல்லாம் நாணயம் அடித்துப் புழங்க விட்டிருந்தாரோ அவரது நாணயங்கள். இங்கிலாந்து, பிரான்சு, டச்சு, போர்ச்சுக்கீசு, இத்தாலி, அமெரிக்கா, கனடா, மலேசியா, சிங்கப்பூர், இலங்கை, சப்பான், சீனம் மற்றும் அரபு தேச நாணயங்கள். எல்லாம் பங்கு பங்காகக் குவிந்தும் பரப்பப்பட்டும்.

உண்மையில் அவை செல்லாக் காசுகளா? புழக்கத்தில் இல்லாக் காசுகள். வேறொரு தளத்தில் சிறப்பாகச் செலாவணி ஆகின்றவை. சொற்களும் அப்படித்தான். அந்த நாணயக் குவியலைப் பார்த்தபோது, எனக்கு அஃதே தோன்றியது.

செலாவணி ஆகிப் போன பண்டைத் தமிழ்ச் சொல் மவ்வல், இன்றைய தமிழ் சினிமாப் பாட்டில் செல்லுபடி ஆகின்றது. அங்காடி தமிழ் சினிமாப் பெயராகிறது. பனுவல் புத்தகக் கடையின் பெயராகிறது. பழஞ் சொற்கள் பலவற்றையும் பரணில் போட்டு விட்டோம் என்பதால் அவை உயிரற்றவை ஆகிவிடாது என்றும். நாவல் எனும் சொல்லுக்கு நவ்வல் என்பது மாற்றுச் சொல். நவ்வார் எனும் சொல்லுக்குப் பகைவர் என்று பொருள் உண்டு. பெண்மானைக் குறிக்க நவ்வி என்று சொன்னோம். நவ்வி என்றால் மரக்கலம் என்றும் பொருள். நாவாய் என்றாலும் மரக்கலம். நய்யா என்றால் இந்தியில் மரக்கலம். Navy எனும் சொல்லையும் நீங்கள் பரிசீலிக்கலாம். நவ்வு என்றால் முழுதாக நம்புதல் என்று பொருள்.

இந்தப் பின்புலத்தில் இந்தக் கட்டுரைக்கு நவம் என்று தலைப்பு வைத்தேன். உண்மையில், எண்கள் சார்ந்து இஃதென் ஒன்பதாவது கட்டுரை. நவம் என்ற சொல்லுக்கு முதற்பொருள் புதுமை. புதுமையை NOVEL என்பர். நாம் புதினம் என்கிறோம். நவம் எனில் நட்பு என்றும் பொருள் இருக்கிறது. பூமிக்கு நவம் என்பது மாற்றுச் சொல். நவம் எனும் சொல்லுக்கு நான்காவது பொருள் ஒன்பது என்ற எண். கார்காலம் என்பது ஐந்தாம் பொருள்.

> **''ஒன்பதும் புதுமையும் ஒண்கள் காலமும்**
> **என்பன மூன்றும் நவமாகுமே!'**

என்று பேசும் பிங்கல நிகண்டு.

பாரதியிடம் நவம் எனில் புதுமை எனும் பொருளில் உயர்ந்த கவிதை வரியொன்றுண்டு.

விசையுறு பந்தினைப் போல் - உள்ளம்
வேண்டிய படி செல்லும் உடல் கேட்டேன்
நசையறு மனம் கேட்டேன் - நித்தம்
நவம் எனச் சுடர் தரும் உயிர் கேட்டேன்

என்கிறார். நசை - ஆசை, இச்சை, விருப்பு. நவம் - புதுமை. தினந்தினம் புதிதெனச் சுடர் விடும் உயிர் வேண்டும் என்பது பாரதியின் பிரார்த்தனை. அற்புதமான வரி. பாரதிக்கே அது போன்ற கவி வரிகள் வாய்க்கும் போலும். 'மத்துறு தயிர்' என்பது கம்பன் ஆட்சி. ஜெயமோகனின் சிறுகதை ஒன்றின் தலைப்பு 'விசையுறு பந்து' என்பது. பாரதி ஆட்சி. நசையுறு மனம் தலைவர்கள் ஆட்சி.

'நாறி நவமழிஞ்சு போறவனே!' என்றொரு

தூற்றும் வசை உண்டு நாஞ்சில் நாட்டில்.

திருவாசகம் நவம் எனும் சொல்லைப் புதுமை எனும் பொருளில் கையாள்கிறது. தில்லையில் அருளப்பெற்ற திருத்தெள்ளேணம், நாலடித்தரவு கொச்சகக்கலிப்பா பேசுகிறது.

அவமாய தேவர் அவகதியில் அழுந்தாமே
பவமாயம் காத்தென்னை ஆண்டு கொண்ட பரஞ்சோதி
நவமாய செஞ்சுடர் நல்குதலும் நாம் ஒழிந்து
சிவமான வாபாடித் தெள்ளேணம் கொட்டாமோ

என்பது பாடல். மகாவித்வான் தண்டபாணி தேசிகர் உரை: வீணான தேவர்களது கீழான நெறியிற் சென்று அழுந்தாதபடி, பிறப்பால் உண்டாய வஞ்சனையில் நின்று அடியேனைக் காப்பாற்றி ஆண்ட மேலான ஒளிவடிவமாகிய பெருமான் புதிதாய் சிவஞானத்தை அருளுதலும், நாம் என்னும் முனைப்பு நீங்கிச் சிவமான தன்மையைப் புகழ்ந்து பாடித் தெள்ளேணம் கொட்டுவோம்.

அவம் எனில் கீழ்மை. நவம் எனில் புதுமை. நவம் இல்லை எனில் அது அவம், சவம். சொற்கள் சார்ந்து தொடங்கினோம் இந்தக் கட்டுரையை. அண்மையில், திருச்சிராப்பள்ளியில், அபுதாபி நண்பர் ஜெயகாந்த் ராஜுவின் புதல்விகளின் நாட்டிய அரங்கேற்றம். எனக்கும் கலந்து கொள்ள வாய்த்தது. புரந்தரதாசரின் கன்னட கீர்த்தனை ஒன்றுக்கு அபிநயம் பிடித்தார்கள் அற்புதமாக. 'கோவிந்தா கோவிந்தா' எனும் பிருந்தாவனி ராகக் கீர்த்தனை. தயிர்கடையும் மத்தை ஒளித்து வைத்திருந்த கோவிந்தனிடம், யசோதை, மத்து தந்தால் தானே தயிர்

கடைந்து வெண்ணெய் எடுத்து உண்ணத்தரவியலும் என்று கெஞ்சும் பாவம். மத்து என்றால் நாம் அறிவோம். அவற்றுள் கீரைகடையும் கீரை மத்து உண்டு, தயிர் கடையும் தயிர் மத்தும் உண்டு. மத்துக்கு மாற்றுச் சொல்லாக, புரந்தரதாசர் 'கடகோலு' என்றொரு கன்னடச் சொல்லைக் கையாண்டிருந்தார். கடகோலின் தமிழ் வடிவம் கடைகோல், கடைக்கோல் என்று ஒற்று சேர்க்கலாகாது. கடைசியான, இறுதியான கோல் என்று பொருள் ஆகிவிடும். வினைத்தொகையாகக் கடைகோல் எனல் வேண்டும். கடைந்த கோல், கடைகிற கோல், கடையும் கோல். மத்துக்கான மாற்றுச் சொல்லாகக் கடைகோல் என்றறிய சிலிர்ப்பாக இருந்தது.

அது போலவே நவம் என்ற சொல்லும். நவதை என்றாலும் புதுமை என்பதே பொருள். நவநீதம் என்றாலும் புதுமையே புதுமைக்கு மற்றுமொரு சொல் நவியம். NOVELTY, NEWNESS, NEW எனும் பொருள் தரும் சொல் நவியம். தமிழ்ச் சொற்களைக் கையாள்வதில் எளிமை உணரலாம், ஆனால் பொறுப்பும் உண்டு. நவியம் என்றால் கோடரி என்றும் பொருள் உண்டு. புறநானூற்றில், கல்லாடனார் பாடல். பாண்டியன் தலையாலங்கானத்துச் செருவென்ற நெடுஞ்செழியனைப் பாடியது. அந்தப் பாடல், கோடரி என்னும் பொருளில் நவியம் எனும் சொல்லை ஆள்கிறது. 'வடி நவில் நவியம் பாய்தலின், ஊர்தொறும் கடிமரம் துளங்கிய காவும்' என்று. எந்நாளும் அழியாத மா கவிதை, நவகவிதை என்பார் பாரதி.

சுவை புதிது பொருள் புதிது வளம் புதிது
சொல் புதிது சோதிமிக்க நவகவிதை
எந்நாளும் அழியாத மா கவிதை

என்கிறார்.

இந்தக் கட்டுரையின் தலைப்பான நவம் என்ற சொல்லுக்கு ஒன்பது எனும் மூன்றாவது பொருளைக் கையாண்டு தொடர்கிறேன். எவரோ வினவுவதும் செவிப்படுகிறது! ஏன் ஒன்பது என்று சொல்லிவிட்டுப் போய் விடலாமே என்று சொல்லிவிடலாம் தான். ஆனால் நவம் எனும் சொல் ஓரசைச்சீர். நிரையசை. ஓசை நயம் நன்றாக இருக்கிறது. புதுமையாகவும் இருக்கிறது பிரதானமாக. மற்றும், வடமொழிக் காதலால் அல்ல. ஆயிரக்கணக்கான ஆண்டுகளுக்கு முன்பே மொழிக்குள் வந்து வாழும் சொல்லை இழக்க வேண்டாமே என்பதுவும் காரணம். மேலும் முறைப்படுத்தப்பட்டு, மொழிக்குள் வந்து சேரும் சொற்கள் மொழிக்கு உரமே அன்றிக் களை அல்ல என்பதென் கருத்து.

நவமணிகள் எனும் சொல்லொன்று வெகுகாலமாகப் புழங்கு கிறது. அதனை நவரத்தினங்கள் என்பார்கள். குஜராத்தி உணவு விடுதிகளில் நவ்ரத்தன் குருமா என்றொரு தொடுகறி உண்டு. அது நவமணிகளினால் ஆனதல்ல. கோமேதகம், நீலம், பவளம், மரகதம், மாணிக்கம், முத்து, புட்பராகம், வைடூரியம், வயிரம் என்பன நவமணிகள். அவற்றுள் ஒன்றோ இரண்டோ பார்த்திருப்பேன். எதையும் அணிந்த தில்லை. கம்பன் இவற்றுள் எல்லா மணிகளையும் கையாள்கிறான். அவனும் அத்தனையும் பார்த்திருப்பானோ என்னவோ?

மும்மணிக் கோவை, நான்மணி மாலை போல நவமணிமாலை என்றொரு பிரபந்த வகையும் உண்டு தமிழில். ஒன்பது பாவினங்களால் அந்தாதித் தொடையில் இயற்றப் பெறும் ஒரு சிற்றிலக்கியம். NECK-LACE OF 9 GEMS என்பதை நவரத்தின மாலை என்றும் நவமணிமாலை என்றும் சொல்வார்கள். நமது மரபில் அஷ்டமி, நவமி என்பது அடிக்கடி பயன்படுத்தப்படும் சொற்கள். நவமி எனில் 9th Lunar day after the new or full moon ஆகும்.

இனிமேல் நாம் நவம் தொடர்பான சில செய்திகள் காணலாம்.

நவக்கிரக செபம்	-	மனிதர்க்கு உண்டாகும் தீமைகளை விலக்கு வதற்காக, சூரியன் முதலாய ஒன்பது கோள் களையும் வழிபடும் கொள்கை.
நவக்கிரகம்	-	சூரியன், சந்திரன், செவ்வாய், புதன், குரு, சுக்கிரன், காரி, இராகு, கேது ஆகிய ஒன்பது கோள்கள். கோளறு பதிகம் என்றொரு பதிகமும் உண்டு.
நவக்கிரகவாதி	-	நவக்கிரகங்களே படைப்பு முதலாய முத்தொழிலுக்கும் மூலகாரணம் எனவாதிடும் சமயத்தினர்.
நவகண்டம்	-	பூமியிலுள்ள ஒன்பது கண்டங்கள், நவ வர்ஷங்கள் என்ப.
நவ கதிர்	-	ஆசீவக சமயத்தார் நூல்.
நவகோடி சித்தபுரம்	-	திருவாவடுதுறை.
நவகருமம்	-	புதுப்பிக்கும் வேலை. Renovation, Repairs.
நவ ஆதிகை	-	A cow recently calved. அண்மையில் ஈன்ற பசு. கன்றை உடைய பசு என்பதற்கு 'கற்றா'

என்கிறார் மாணிக்கவாசகர். அண்மையில் ஈன்ற பசுவினைக் குறிக்க, 'புனிற்றா' எனும் சொல் பழந்தமிழ் நூல்களில் பயன்படுத்தப் பட்டிருக்கிறது. அதாவது நவ ஆதிகை - புனிற்றா.

நவஞ்சம்	-	ஓமம்.
நவட்சாரம்	-	நவச்சாரம் எனும் உப்பு.
நவத்துவாரம்	-	The nine apertures of the body. கண்கள், நாசித்துவாரங்கள், காதுகள், வாய், மலத் துவாரம், சிறு நீர்த்துவாரம் எனும் ஒன்பது உடல் வாயில்கள். இது ஆண்களுக்குச் சரி. பெண்களுக்கான யோனி வாசல் ஏன் கருத்தில் கொள்ளப்படவில்லை என்பது தெரிய வில்லை. ஆயுர்வேத மருத்துவ சாத்திரங்கள், பெண்களின் வாயில்கள் பன்னிரண்டு என்கின்றன. யோனி வாசலும் இரண்டு முலைக்காம்பின் பால் துவாரங்களுமாகப் பன்னிரண்டு.
நவ களம்	-	தாமரையின் இள இலை.
நவதாரணை	-	யோகத்தில் ஒன்பது வகைப்பட்ட மனோதாரணை.
நவதாளம்	-	ஒன்பது வகையான தாளங்கள்.
நவதானியம்	-	ஒன்பது வகையான தானியங்கள். கோதுமை, நெல், துவரை, பயிறு, கடலை, அவரை, எள், உழுந்து, கொள் என்பன. இந்தப் பட்டியல் நிரந்தரமானதல்ல. சப்த கன்னியர் போல, விருப்பம் சார்ந்து மாறக்கூடியது.
நவதி	-	தொண்ணூறு. பொடுதலை எனும் மருந்துச் சிறுகீரை வகை.
நவதிகை	-	Brush.
நவ தீர்த்தம்	-	The Nine sacred Rivers of the Hindus. கங்கை, யமுனை, சரசுவதி, நர்மதை, சிந்து, காவேரி, கோதாவரி, சோணை, துங்கபத்திரா எனும் புண்ணிய நதிகள்.

நவ நதி - கங்கை, யமுனை, சரஸ்வதி, நர்மதை, கோதாவரி, காவிரி, சரயு, குமாரி, பயோஷ்ணி. நவ தீர்த்த, நவ நதிப் பட்டியலும் நிரந்தரமானதல்ல.

நவதை - புதுமை.

நவ நாகம் - அட்ட மா நாகங்களும் ஆதிசேடனுமாகிய ஒன்பது மகா நாகங்கள். அட்ட மா நாகங்கள் எவை என்பதை எனது அட்டம் கட்டுரையில் காணலாம்.

நவநாகம் - ஓமம்.

நவநாணயம் - New Practice, Innovation, புது வழக்கம்.

நவ நாத சித்தர் - ஒன்பது முதன்மைச் சித்தர்கள். சத்திய நாதர், சதோக நாதர், ஆதி நாதர், அனாதி நாதர், வகுளி நாதர், மதங்க நாதர், மச்சேந்திர நாதர், கடேந்திர நாதர், கோரக் நாதர்.

நவ நாயகர் - The nine Planetary Lords.

நவ நிதி - The nine treasures of kubera. குபேரனின் ஒன்பது வகையான நிதிகள். பதுமம், மாபதுமம், சங்கம், மகரம், கச்பம், முகுந்தம், நத்தம், நீலம், கர்வம் எனும் ஒன்பது வகைத்த குபேர நிதி. இன்றைய குபேரர்களின் நவ நிதியங்கள் என்பன கரன்சி, பொன், எஸ்டேட், கம்பனி பங்குகள், நிலங்கள், வணிக வளாகங்கள், வாற்று ஆலைகள், கல் அல்லது மணல் குவாரிகள், மருத்துவ அல்லது பொறியியல் கல்லூரிகள் அல்லது மருத்துவமனைகள்.

நவ நீதகம் - நெல்.

நவநீத சோரன் - வெண்ணெய்க் களவாணி, கண்ணன்.

நவநீத பாகம் - Transparent Simplicity of poetic style. வெண்ணெய் பாகம்.

நவநீதம் - வெண்ணெய், புதுமை.

நவ நந்தனர்	- ஒன்பது இடையர்கள்.
நவப் பிரம்மா	- The nine creaters. மரீசி, பிருகு அங்கிரா, கிரது, புலகன், புலத்தியன், தக்கன், வசிட்டன், அத்திரி எனும் ஒன்பது சிருஷ்டி கர்த்தாக்கள்.
நவப்பிரீதி	- வெடியுப்பு.
நவப் பிரேதம்	- எட்டுத்திக்குகவளயும் மேலிடத்தையும் காவல் செய்யும் பூதங்கள்.
நவ பண்டம்	- நவதானியம்.
நவ பதார்த்தம்	- The nine catagories of fundamental realities. சீவம், அசீவம், புண்ணியம், பாவம், ஆசிரவம், சம்வரை, திர்ச்சரை, பந்தம், மோட்சம் எனும் ஒன்பது வகை ஜைனத் தத்துவங்கள்.
நவ பாண்டம்	- புதுப்பானை.
நவ பாஷாணம்	- இராமநாதபுரத்தை அடுத்துள்ள யாத்திரைத் தலமான தேவிபட்டணம் கடற்கரை நீரில் பிரதிஷ்டை செய்யப்பட்ட, நவக்கிரகங்கள் என்று கருதப்படும் ஒன்பது பெருங்கற்கள்.
நவ புண்ணியம்	- The nine acts of hospitality shown to an honoured guest. எதிர் கொளல், பணிதல், இருக்கை ஈதல், கால் கழுவல், அர்ச்சித்தல், தூபம் கொடுத்தல், தீபங்காட்டல், புகழ்தல், உண்டி கொடுத்தல் எனும் ஒன்பது வகை உபசாரச் செயல்கள். இன்று சினிமா நடிகனுக்கும் அரசியல்காரர்களுக்கும் தமிழன் செய்வது. மேலுமோர் உபசாரம் உண்டு, அது இங்கு தவிர்க்கப்படுகிறது.
நவ பூசா வந்தம்	- ஒன்பது முகமுள்ள காதணி.
நவ போத மூர்த்தம்	- Nine mainfestations of siva. ஒன்பது வகை சிவ போதம். சிவம், சக்தி, நாதம், விந்து, சதாசிவம், ஈசன், உருத்திரன், மால், அயன் என்பன.
நவம்	- புதுமை, நட்பு, ஒன்பது, கார்காலம், பூமி, சாரணி.

நவ மரம்	-	நாவல் மரம்.
நவ முகில்	-	The nine kinds of clouds. சம்வர்த்தம், ஆவர்த்தம், புட்கலம், துரோணம், காளம், நீலம், வாருணம், வாயுவம், தமம் எனும் ஒன்பது வகை மேகங்கள்.
நவர்	-	Person. ஆள், நபர்.
நவரதன்	-	பீமரதன் புதல்வன்.
நவ சாத்திரன்	-	வசுதேவருக்கும் தேவகிக்குமான மகன்.
நவக்கிரக அம்சங்கள்	-	சிவன் - சூரியன், உமை - சந்திரன், முருகன் - அங்காரகன் என்ற செவ்வாய், திருமால் - புதன், பிரம்மா - குரு என்ற வியாழன், இந்திரன் - சுக்கிரன், யமன் - சனி என்ற காரி, பத்ரகாளி - இராகு, சித்திர குப்தன் - கேது, இது சோதிட சாத்திரத்தின் படி.
நவ சக்திகள்	-	வாமை, ஜேஷ்டை, ரவுத்ரி, காளி, கலவிகரணி, பலவிகரணி, பலப்பிரமதனி, சர்வ பூத தமனி, மனோன்மணி. குணங்குடி மஸ்தான் சாகிபுவின் 'மனோன்மணிக் கண்ணி' நினைவுக்கு வருகிறது.
நவ அபிடேகங்கள்	-	மஞ்சள், பஞ்சாமிர்தம், பால், நெய், தேன், தயிர், சர்க்கரை, சந்தனம், விபூதி.
நவரசம்	-	இன்பம், நகை, கருணை, கோபம், வீரம், பயம், அருவருப்பு, அற்புதம், சாந்தம் என்பன. இதனை சிருங்காரம், ஆசியம், கருணை, ரௌத்திரம், வீரம், பயம், குற்சை, அற்புதம், சாந்தம் என்பர்.
நவ திரவியங்கள்	-	பிருத்வி, அப்பு, தேயு, வாயு, ஆகாயம், காலம், திக்கு, ஆன்மா, மனம். நிலம், நீர், தீ, காற்று, வானம், காலம், திசை, ஆன்மா, மனம் எனலாம்.
நவ விரதங்கள்	-	சிவனுக்கான விரதங்கள் ஒன்பது. சோமவாரம், திருவாதிரை, உமாமகேஸ்வரன், சிவராத்திரி,

		பிரதோஷம், கேதாரம், ரிஷபம், கல்யாண சுந்தரம், சூலம் என்பர்.
நவ சந்தி தாளங்கள்	-	அரிதாளம், அரும் தாளம், சம தாளம், சுப தாளம், சித்திர தாளம், துருவ தாளம், நிவர்த்தி தாளம், படிமதாளம், விடதாளம் எனப்படும்.
நவரத்தினங்கள்	-	விக்கிர மார்க்கனின் சபையில் இருந்த ஒன்பது புலவர்கள். தன்வந்திரி, க்ஷணபதர், அமர சிம்ஹர், சங்கு, வேதால் பட்டர், கடகர்ப்பரர், காளிதாசர், வராகமிகிரர், வரருசி எனப்படுபவர்.
நவ வீரர்	-	உமாதேவியின் காற்சிலம்பில் சிந்திய மணிகளில் பிறந்த பெண்கள் சிவனைக் காமுற்றுப் பிறந்த ஒன்பது வீரர்கள். முருகனுக்குத் துணைவரும் ஒன்பதின்மர். வீரபாகு, வீரகேசரி, வீரமகேந்திரன், வீரமகேச்சுவரன், வீரபுரந்தரன், வீரமார்த்தாண்டன், வீரராட்சதன், வீராந்தகன், வீரதீரன்.
நவரங்கத் தட்டு	-	நவரங்கப்பணி, விதான வேலைப்பாடுகளில் ஒரு வகை.
நவரங்கப்பளி	-	புடவை வகை.
நவரங்கம்	-	நாடக சாலை. கோயில் பிரதான மண்டபம்.
நவரப்புஞ்சை	-	நெல்வகை.
நவரம்பழம்	-	ஒருவகை வாழைப்பழம்.
நவராசிகம்	-	கணக்கு வகை.
நவராத்திரி	-	ஆவணி மாதத்தில் ஆண்டுதோறும், சுக்ல பட்ச பிரதிமை தொடங்கி ஒன்பது நாட்கள், துர்க்கை, இலக்குமி, சரசுவதி, தேவியருக்கான திருநாட்கள்.
நவரை	-	வாழை வகை. செந்நிறம் உள்ள ஆறு அங்குல நீளமுள்ள கடல் மீன் வகை.
நவரை	-	நெல் வகை.

நவரையன் காளை	-	நெல் வகை.
நவரோசு	-	ஒரு இராகம்.
நவலோகக் குப்பி	-	சுதை மண்.
நவரோக பூபதி	-	ஒருவகைக் காட்டு மருந்து.
நவலோகம்	-	Nine kinds of metal. பொன், இரும்பு, செம்பு, ஈயம், வெள்ளி, பித்தளை, தரா, துத்தநாகம், வெண்கலம்.
நவலோகாங்கம்	-	காந்தம்.
நவ வரிகை	-	புதுமணப் பெண்.
நவ வருடம்	-	Nine divisions of the earth according to ancient indian geography. குரு வருடம், இரணியவருடம், இரமியவருடம், இளாவிருத வருடம், கேதுமால வருடம், பத்திர வருடம், அரிவருடம், கிம்புருட வருடம், பாரத வருடம் என்பன.
நவ வானோர்கள்	-	Nine Choirs of celestial spirits. கிறித்துவ மதத்தில் வழங்கப்பெறும் ஒன்பது வகை தேவகணங்கள்.
நவ வியாகரணம்	-	ஒன்பதுவகைப்பட்ட வடமொழிஇலக்கணம்.
நவ வியூகம்	-	ஒன்பது வகைப் பொருள் தொகுதிகள்.
நவ விலாச சபை	-	ஒன்பது வகை சுத்த ஆத்மாக்கள் கூடும் சபை.
நவாட்டுச் சர்க்கரை	-	White cane sugar. நவாது.
நவாடா	-	தோணி.
நவாம்சம்	-	இராசியை ஒன்பதாகப் பிரித்தல்.
நவியம்	-	புதுமை, புதியது.
நவிர்	-	ஆண் மயிர், மருதப் பண், தக்கேசிப் பண், வாள், முள் முருங்கை மரம், Blade of Grass.
நவிரம்	-	ஆண்மயிர், உச்சி, தலை, மயில், மலை, புன்மை.

நவீனம் - புதுமை, நாவல், நவீனத்துவம் எனும் சொல் இதனினின்றும் பெறப்பட்டது.

நவீனகம் - புதுமை.

நவம் புதுமை எனில், நவம் ஒன்பதும் ஆகும். ஒன்று முதல் பத்து வரையிலான எண்களில், ஒன்பது தவிர்த்த எண்கள் யாவும் இரட்டித்து வரும் என்கிறது நன்னூல். 'ஒன்பது ஒழித்த எண் ஒன்பதும்' என்பது நூற்பா . ஒவ்வொன்று, இவ்விரண்டு, மும்மூன்று, நந்நான்கு, ஐயைந்து, அவ்வாறு, எவ்வேழு, எவ்வெட்டு, பப்பத்து என வருவது போல், ஒன்பதுக்கு வராது. அந்த எண்ணுக்கு அந்தப் பேறு இல்லை. ஏனென்று தெரியவில்லை.

தொல்காப்பியம், சங்க காலம், சங்கம் மருவிய காலம் சார்ந்த இலக்கியங்கள் சிலவற்றில் 'தொண்டு' என்ற சொல், ஒன்பது எனும் பொருளில் வழங்கப் பெற்றிருக்கிறது. தொல்காப்பியம், பரிபாடல், மலைபடுகடாம், ஏலாதி ஆகிய நூல்களில் தொண்டு எனும் சொல் கையாளப் பெற்றுள்ளது. ஒன்பது எனும் பொருளில்.

பரிபாடல், கடுவன் இளவெயினனார் பாடல், தத்துவங்களின் வடிவம் பேசும் காலை,

பாழ் என, கால் என, பாகு என ஒன்று என
இரண்டு என, மூன்று என, நான்கு என, ஐந்து என,
ஆறு என, ஏழு என, எட்டு என, தொண்டு என, நால்வகை
ஊழி எண் நவிற்றும் சிறப்பினை

என்கிறது. அறிஞர் ச. வே. சுப்பிரமணியன் உரை; பரமாத்மாவாகிய புருடன், நிலம், நீர், தீ, காற்று, ஆகாயம் என ஐம்பூதங்களும் சொல்லல், இயங்கல், கொடுத்தல், விடுத்தல், இன்புறல் ஆகிய ஐந்து தொழில் கருவிகளும், ஆகாயம் ஒன்று, காற்று இரண்டு, தீ மூன்று, நீர் நான்கு, நிலம் ஐந்து, மனம் ஆறு, அகங்காரம் ஏழு, ஆணவம் எட்டு, புத்தி ஒன்பது, மூலப்பகுதி இவ்வாறு எல்லா வகை ஊழிகளிலும் ஆராய்ந்து கூறப்படும் சிறப்பினை உடைய. பாடல் ஒருவாறு அர்த்தமானாலும் எனது தேவை ஒன்பதுக்குப் பதிலாக தொண்டு எனும் சொல் பயன்படுத்தப்பட்டுள்ளது என்பதுவே.

தென் திருவிதாங்கூர் இந்துக் கல்லூரியின் தமிழ்த்துறைத் தலைவராக இருந்த முனைவர் சி. சுப்பிரமணியன் ஒரு கட்டுரையில் '40 ஆண்டுகளின் முன் தமிழகப் புலவர் குழுவின் வெளியீடாகிய மலர் ஒன்றில், தொண்டு என்னும் எண்ணுப் பெயர் குறித்த கட்டுரை

வெளிவந்தது. அதில் ஏழ் (ஏழு) நீங்கலாக ஒன்று முதல் பத்துவரை, நூறு உட்பட யாவும் குற்றியலுகர முடிவினவே' எனவே ஒன்பது என்ற எண்ணுப் பெயருக்குப் பதிலாக தொண்டு என்ற எண்ணுப் பெயரே உகந்தது என்கிறார்.

திராவிட மொழியியல் அறிஞர்கள், 'ஒன்பது' என்பதன் மூல திராவிட வடிவமாகத் 'தொண்டு' இருந்ததாகக் கருதுகிறார்கள். எனவே தொண்டு *(9)*, ஒன்பது *(90)*, தொண்ணூறு *(900)* தொள்ளாயிரம் *(9000)* என்று நிலைத்திருக்க வேண்டும்.

எனினும் தொல்காப்பிய காலத்திலேயே, தொண்டுக்கு மாற்றாக, 9 எனும் எண்ணைக் குறிக்க, ஒன்பது எனும் சொல்லும் புழக்கத்தில் வந்து விட்டது. 'ஒன்பது' என்ற சொல்லை அக நானூறு, குறுந்தொகை மற்றும் திருமுருகாற்றுப்படை பயன்படுத்தியுள்ளமை அறிகிறோம். 'ஒன்பதிற்று' எனும் சொல்லையும் குறுந்தொகை திருமுருகாற்றுப்படை, பரிபாடல் பயன்படுத்திய சான்றும் உண்டு.

பேரகராதி, ஒன்பது என்ற சொல்லுக்கு, ஒன்பது என்ற எண் தவிர்த்து வேறு பொருள் எதுவும் தரவில்லை. நவத்துக்கு உண்டான அனைத்துச் சிறப்பும் ஒன்பதுக்கும் உண்டு எனினும் ஒன்பது சார்ந்து அதிகம் பதிவுகளும் பேரகராதியில் இல்லை. கண்ட சிலவற்றைக் கீழே தருகிறேன்.

ஒன்பதினாயிரப்படி - திருவாய்மொழிக்கு நஞ்சீயர் செய்த வியாக்யானம்.

ஒன்பதொத்து - ஒருவகைத் தாளம்.

ஒன்பான் - ஒன்பது. ஒன்பது x நூறு = தொள்ளாயிரம் ஆனதற்கு விதி கூறும் தொல்காப்பிய எழுத்ததிகார நூற்பா, 'ஒன்பான் முதனிலை முந்து கிளந்தற்றே' என்று தொடங்குகிறது.

ஒன்பது வாசல் - மானுட தேகத்திலுள்ள நவத்துவாரங்கள்.

ஒன்பது - Number Nine. ஒன்பது என்னும் எண்.

பாரதியின் 'கனவு' எனும் கவிதை.

ஒன்பதாய பிராயத்தாள் என் விழிக்
கோது காதைச் சகுந்தலை ஒத்தனள்

என்று ஒன்பது வயதுக் காதலைப் பேசுகிறது.

திருவள்ளுவர், எதற்கு வம்பு என்று ஒன்பது, தொண்டு, நவதம் எதுவும் பயன்படுத்தவில்லை. அக நானூற்றில் பரணர் பாடல்,

சூடா வாகைப் பறந்தலை ஆடு பெற
ஒன்பது குடையும் நன் பகல் ஒழித்த
பீடு இல் மன்னர் போல

என்று உவமை கூறுகிறது. 'வாகைப் பறந்தலை என்னும் போர்க்களத்தில், கரிகால் வளவன் வாகை சூட, ஒரேநாள் பகலில், தத்தம் குடைகளைப் போட்டுவிட்டு, உயிர் பிழைக்க ஓடிய பெருமை இல்லாத மன்னர்களைப் போல், நீயும் எமக்கு முன் நிற்க மாட்டாமல் ஓடுவாய்' என்று தலைவன் வினை முடிந்து மீண்டதை உணர்ந்த தோழி, தலைவிக்குக் கூறுவதாகப் பாடல்.

திருவாசகத்தில் சிவபுராணம் பாடும் மாணிக்கவாசகர், மானுட உடம்பை, 'மலம் சோரும் ஒன்பது வாயில் குடில்' என்கிறார். போற்றித் திரு அகவல் பாடும்போது, கர்ப்ப கால இடர்களை அவர் பட்டியல் இடுகிறார்.

ஒருமதித் தான்றியின் இருமையில் பிழைத்தும்
இரு மதி விளைவின் ஒருமையில் பிழைத்தும்
மும்மதி தன்னுள் அம்மதம் பிழைத்தும்
ஈர் இரு திங்களில் பேரிருள் பிழைத்தும்
அஞ்சு திங்களில் முஞ்சுதல் பிழைத்தும்
ஆறு திங்களில் ஊறலர் பிழைத்தும்
ஏழுதிங்களில் தாழ்புவி பிழைத்தும்
எட்டுத் திங்களில் கட்டமும் பிழைத்தும்
ஒன்பதில் வருதரு துன்பமும் பிழைத்தும்
தக்க தசமதி தாயொடு தான்படும்
துக்க சாகரத் துயரிடைப் பிழைத்தும்

என்று. உரை சொன்னால் தெளிவாக இருக்கும். முதன் முதலில் எம்.எல். பட்டம் பெற்ற சட்டக் கல்லூரிப் பேராசிரியர் கா.சு. பிள்ளை, எம்.எல். பிள்ளை என்று அழைக்கப்பட்ட கா. சுப்பிரமணிய பிள்ளை உரை கீழ்வருமாறு;

'தாயின் கருப்பையில் ஒரு மாதம் ஆனவுடன் தான்றிக்காய் அளவு அடைந்த கருவானது, கருப்பையில் பொருந்தி ஒன்றுபடாது பிளவு படுதலாகிய இருமையில் நின்று தப்பியும், இரண்டாவது

மாதத்திலே, பிற புழுக்களின் இடர்ப்பட்டு மிகுதியாலே உருவெடாமையில் நின்று தப்பியும், மூன்றாம் மாதத்திலே கரு வளர்தல் பொருட்டுக் கருப்பையில் பெருகும் கொழுப்பான நீர் மிகுதி நின்று தப்பியும், கரு நீரினாலே கருப்பையிலே நான்காம் திங்களிலே இருள் மிகுந்த காலை அந்த இருளில் நின்று தப்பியும், ஐந்தாம் மாதத்திலே (கருப்பை நீர் மிகுதியாலும் இருள் மிகுதியாலும்) சாவதில் நின்று தப்பியும், ஆறாவது மாத்திலே தினவு மிகுதியால் உண்டாகிய துன்பத்திற்குத் தப்பியும், ஏழாவது மாத்திலே கருப்பை தாங்காமையால் பூமியில் காயாய் விழுதலில் நின்று தப்பியும், எட்டாவது மாத்திலே கருப்பையில் உண்டாகிய வளர்ச்சி நெருக்கத்தில் தப்பியும், ஒன்பதாவது மாதத்திலே வெளிப்பட இயலாது வரும் துன்பத்தில் தப்பியும், பத்தாவது மாதத்திலே தாயும் தானும் வெளிப்படுவதற்காகப் படும் துயரக் கடலில் நின்று தப்பியும், (நிலவுலகில் பிறந்து) வளரும் காலை'.

பின்னவீனத்துவ நாவல் வாசிப்பது போல் இருக்கலாம். எனினும் எட்டாம் நூற்றாண்டு மாணிக்கவாசகர் பேசுகிறார் விரிவாகவும் விஞ்ஞான பூர்வமாயும். குறுந்தொகையில் பரணர் பாடல் ஒன்று. பெண் கொலை செய்த நன்னன் எல்லை காண முடியாத நரகத்துக்குச் சென்றதைப் போன்று, காதலுக்குக் குறுக்கே நிற்கும் தாயும் போவாள் என்று தலைவி கூற்றாகப் பாடல்.

மண்ணிய சென்ற ஒண்ணுதல் அரிவை
புனல் தரு பசுங்காய் நின்றதன் தப்பிற்கு
ஒன்பதிற்று ஒன்பது களிற்றொடு அவள் நிறை
பொன்செய் பாவை கொடுப்பவும் கொள்ளான்
பெண் கொலை புரிந்த நன்னன் போல

என்று நீளும் பாடல் வரிகள். மண்ணிய - நீராட, ஒண்ணுதல் - ஒளி பொருந்திய நெற்றி, அரிவை - சிறுமி, பசுங்காய் - மாங்காய், தப்பிற்கு - தவறுக்கு, ஒன்பதிற்று ஒன்பது - 9 x 9 = 81, களிறு - ஆண்யானை, அவள் நிறை பொன் செய் பாவை - அவள் எடைக்கு சமமான பொன் உருவம்.

நீராடச் சென்றாள் ஒள் நுதல் அரிவை. அப்போது ஆற்று நீரில் அடித்து வரப்பட்ட பச்சை மாங்காயைப் பிடித்துக் கடித்துத் தின்றாள். அது நன்னனின் காவல் மரமான மாமரத்தின் காய். அந்தத் தவறுக்காக அந்தப் பெண்ணைக் கொலை செய்யத் துணிந்தான். எண்பத்தொன்று களிறும் அவள் எடைக்கு எடை பொன் கொண்டு பணி செய்த பாவையும் தருவதாய்க் கூறியும் இணங்கான். நன்னன் பெண் கொலை செய்தான், என்பது செய்தி.

பரிபாடலில், கடுவன் இளவெயினனார் திருமாலைப் பாடுகிறார்.

நடுவு நிலை திறம்பிய நயம் இல் ஒருகை,
இரு கை மா அல்!
முக்கை முனிவ! நாற்கை அண்ணல்!
ஐங்கைம் மைந்த! அறுகை நெடுவேள்!
எழுகையாள! எண்கை ஏந்தல்!
ஒன்பதிற்றுத் தடக்கை மன் பேராள!
பதிற்றுக்கை மதவலி நூற்றுக்கை ஆற்றல்!
ஆயிரம் விரித்த கைம் மாய மள்ள!
பதினாயிரம் கை முதுமொழி முதல்வ!
நூறாயிரம் கை ஆறு அறி கடவுள்!

என்று விரித்துப் பேசுகிறது பரிபாடல்.

நல்ல அமிழ்தைத் தேவர்களுக்குக் கொடுத்து நடு நிலை மாறிய ஒரு கை. இரு கைகளையுடைய திருமால். மூன்று கைகளை உடைய முனிவன். நான்கு கைகளையுடைய அண்ணல். ஐந்து கைகளை உடைய வலிமையுடையவன். ஆறு கைகளை உடைய முருகன். ஏழு கைகளை உடையவனே! எட்டுக் கைகளைக் கொண்ட ஏந்தலே! ஒன்பது கைகளை உடைய பெருமை கொண்டவனே! பத்து, நூறு, ஆயிரம், பதினாயிரம், நூறாயிரம் என எல்லையற்ற எண்ணிக்கை கடந்த கைகளை உடையவனே! என்றெல்லாம் திருமாலைப் போற்றும் பாடல். ஒன்பது இங்கு ஒன்பதிற்று எனக் குறிப்பிடப்படுகிறது.

திருமுருகாற்றுப்படை, இந்திரனைப் பாடும்போது, 'ஒன்பதிற்று இரட்டி உயர்நிலைப் பெற்றியர்' என்று பதினெட்டுக் கணங்களைப் பேசுகிறது. பதினெண் கணங்கள் என்பவர் - தேவர், அசுரர், தைத்தியர், கருடர், கின்னரர், கிம்புருடர், இயக்கர், விஞ்சையர், இராக்கதர், கந்தருவர், சித்தர், சாரணர், பூதர், பைசாசர், தாராகணம், நாகர், ஆகாச வாசிகள், போக பூமியோர் என்பவர்.

அறுபடை வீடுகளில் ஒன்றான திருவேரகம் (சுவாமிமலை) பற்றித் திருமுருகாற்றுப்படை பாடும்போது, 'ஒன்பது கொண்ட மூன்று புரி நுண் ஞாண்' என்கிறது. ஒன்பது நூல்களை உடைய மூன்று புரிகளால் ஆன பூணூல் என்பது பொருள்.

யாவற்றுக்கும் மேலாக, மானுட உயிரின் கர்ப்ப காலம் ஒன்பது மாதங்கள். எனினும் தொண்டு என்று இன்று நாம் இழந்து போன

சொல்லைப்பற்றி நிற்கிறது மனம். பதினெண் கீழ்க்கணக்கு நூல்களில் கடைசி நூல் ஏலாதி. காலத்தால் மிகவும் பிற்பட்டது. கடைச் சங்கம் மருவிய காலம் என்கிறார், மறைமலை அடிகள் மாணவரும் கழகத் தமிழ்ப் புலவராயிருந்தவருமாகிய தி.சு. பாலசுந்தரம் பிள்ளை என்னும் இளவழகனார். என் கைக்குக் கிடைத்த 1923ம் ஆண்டு பதிப்பொன்று இத்தகவலைத் தருகின்றது.

ஏலாதி என்ற அறநூல், தமிழாசிரியர் மகனார், மரக்காயனார் மாணாக்கர் கணிமேதையார் இயற்றியது. இவர் கணிமேதாவியார் என்றும் வழங்கப்படுகிறார். இவர், சிறபஞ்சமூலம் செய்த, மற்றொரு மரக்காயனார் மாணவராகி காரியாசானுடைய ஒரு சாலை மாணாக்கர் என்று அறிய முடிகிறது. ஒரு சிறப்புப் பாயிரமும் ஒரு தற்சிறப்புப் பாயிரமும் எண்பது பாடல்களும் கொண்ட 'ஏலாதி வரைக்கும் ஒன்பதைக் குறிக்கும் 'தொண்டு' என்ற சொல் புழங்கி வந்திருக்கிறது.

தொண்டு என்றால் இன்று ஊழியம், தேங்காயின் புறச் சவுரி, வழி அல்லது பாதை எனப் பொருள்படுமே அன்றி, ஒன்பது என்ற பொருள் இல்லை. இதோர் வருந்தத்தக்க விடயம்.

உணராமையால் குற்றம் ஆம் ஒத்தான் வினையாம்
உணரான் வினைப் பிறப்புச் செய்யும் - உணராத
தொண்டு இரும் துன்பம் தொடரும் பிறப்பினான்
மண்டிலமும் ஆகும் மதி

என்பது பாடல். 'அறியாமையால் குற்றங்கள் உண்டாகும். நூலுணர்ச்சியால் நல் வினைகள் விளையும். அறிவு நூல்களை உணராதவன் செயல்கள் பிறப்பை உண்டாக்கும். பிறப்பினால், அறியப்படாத ஒன்பது பெரிய துன்பங்கள் தொடரும். அதனால் பிறவி என்பது சுழற்சி ஆகும். ஆகவே அதனைக் கருத்தில் கொள்க.' என்பது உரை.

அறியாமையால் குற்றங்கள் பெருகும் என்பதும், நூல்களைக் கற்பதனால் நல்வினைகள் விளையும் என்பதுவே செய்தி. மண்டிலம் எனும் சொல்லுக்கு பரிவர்த்தனை, வட்டமாய் ஓடுதல் என்று பொருள் எழுதுகிறார்கள்.

சொல்வனம்
மார்ச் 2017

10. தசம்

தசம் எனில் பத்து. செயற்கரிய அவதானங்கள் செய்பவர்களை அவதானிகள் என்பார்கள். பின்பு நவீன தமிழ்ச் சொற்பரப்பில் அவதானித்தான் என்றொரு சொல் ஆளப் பெற்றது. கூர்ந்து கவனித்தல், நிதானித்து யோசித்தல் எனப் பொருள் கொண்டோம். பண்டைய நினைவாற்றல் மரபில், எட்டு அவதானங்கள் செய்தவர் அஷ்டாவதானி, பத்து அவதானங்கள் செய்தவர் தசாவதானி, பதினாறு அவதானங்கள் செய்தவர் சோடசாவதானி, நூறு அவதானங்கள் செய்தவர் சதாவதானி என அறியப்பட்டார்கள். சதாவதானி செய்குத்தம்பி பாவலரை அறிந்திருக்கலாம். தசாவதானி ஆறுமுகம் பிள்ளையையும் அறிந்திருக்கலாம். இருவருமே நாஞ்சில் நாட்டுக்காரர்கள். அறிந்தென்ன ஆகப்போகிறது என்பார் சிலர். ஆனால் ஒரேயொரு படத்தில் வந்து குண்டியை ஆட்டி, முலைகளைக் குலுக்கி, கைகளை உயர்த்தி, தொடைகளை நெரித்துப் போன குத்துப்பாட்டு நடிகையை ஆயுளுக்கும் அறிந்து வைத்திருக்க வேண்டிய சமூகப் பொறுப்பு நமக்கு உண்டு. யார் சொல்லுவார் மயிலே, பிற்காலத்தில் அவர் தமிழ் நாட்டின் முதல்வராக நேர்ந்து விட்டாலோ!

தசம் எனும் சொல்லின் நடு எழுத்து திரிந்து தயம் என்று மாறும் தமிழில். அதற்கான இலக்கணம் உண்டு. தமிழாசிரியரிடம் கேளுங்கள், சொல்லக்கூடும். பேச்சு வழக்கில் 'ய' என்பதும் 'ச'வாக மாறும் எடுத்துக்காட்டுக்கள் உண்டு. பாண்டிச்சேரி பேராசிரியர் முதுமுனைவர் இரா. கோதண்டராமன் போன்றவர்கள் விளக்குவார்கள். ஆழமான நீர்நிலையின் பகுதியைக் கயம் என்பர் மூதாதையர். நாஞ்சில் நாடு அதனைக் கசம் என்றது. 'ஊழிக்காலம்' நாவல் எழுதிய 'தமிழ்க்கவி' அசதி எனும் சொல்லுக்கு மாற்றாக, அயதி எனும் சொல்லைப் பெய்கிறார். 'அயர்ந்து போனேன்' என்பதை மாற்றி 'அசந்து போனேன்' என்கிறோம் நாம்.

பாஞ்சாலி சபதத்தில், அடிமைச்சருக்கத்தில், பாரதி,

வாயில் காத்து நிற்போன் - வீட்டை வைத்திழத்தல் போலும்
ஆயிரங்களான - நீதி அவை உணர்ந்த தருமன்
தேயம் வைத்திழந்தான் - சிச்சீ! சிறியர் செய்கை செய்தான்

என்கிறார். வயம் என்பதைத்தான் வசம் என்கிறோம். தன்வயமாதல் தான் தன் வசமாதலும், பிரபஞ்சன் நாவல் ஒன்று, 'வானம் வசப்படும்'. கலயம் நமக்குக் கலசமாகும். பங்கயம், பங்கசமாகும். ஆகாயம், ஆகாசமாகும். பாண்டிச்சேரி பக்கத்தில் ஆகாசம்பட்டு எனும் ஊரின் எழுத்தாளர் பெயர் ஆகாசம்பட்டு சேஷாசலம். நேயம் என்பதை நேசம் என்போம். மசிர் என்பார் மயிரையும். கசவாளி என்போம் கயவாளியை. கயவன் எனலாம். கயவனுக்குப் பெண்பால் கயத்தி. கம்பன் ஆள்கிறான் கைகேயியைக் குறிக்க, தயரதன் வாக்காக, 'மா கயத்தி' என்று.

இயக்கியை எங்களூரில் இசக்கி என்பார்கள். இசக்கிமுத்து, இசக்கியப்பன், இசக்கியம்மை எனப் பெயர் சூடிக் கொண்டார்கள்.

தசரதனை எஞ்ஞான்றும் தயரதன் என்றே குறிப்பான் கம்பன். கம்பராமாயணத்தின் பாலகாண்டத்தில், குலமுறை கிளத்துப் படலத்தில், விசுவாமித்திர முனிவன், இராம இலக்குவரை அறிமுகப்படுத்தும் போது, 'அயன் புதல்வன் தயரதனை அறியாதார் இல்லை' என்கிறார். கார்முகப் படலத்தில் சிவ தனுவை ஒடித்த இராமனை வியந்து, மிதிலை நகர் மக்கள் கூற்றாகக் கம்பன், இராமனைச் சொல்வது.

தயரதன் புதல்வர் என்பார்
தாமரைக் கண்ணன் என்பார்

என்று. தயரதனைக் குறிக்க, கம்பன் தரும் சொற்றொடர்கள், தயரதப் பெயரினான், தயரதன் தொல்குலத் தனயன், தயரத ராமன், தயரதன் சேய், தயரதனார் என்பன.

கிறித்துவ மதத்தின் சில பிரிவுகள், சபை உறுப்பினர்களின் சம்பாத்தியத்தில் ஒரு பகுதியை வேதக் கோயிலுக்கு வரியாகக் கோரும். அதற்குத் தசம பாகம் என்று பெயர். ஆன்மீக வணிகம் செய்யும் அமைப்புகள் சில, தமது அருளால் இலாபம் ஓங்கி வளரும் என்ற நம்பிக்கையை ஏற்றி, தொழில் முனையும் தமது அடியார்களிடம் இலாபத்தின் சப்தபாகம் கோரும் ஒப்பந்தம் செய்து கொள்கிறார்கள் எனத் தகவல் உண்டு. தொழில் முனைவோரின் ஐந்தொகையை ஆன்மீக வணிக நிறுவனங்கள் தணிக்கை செய்யுமா என்பதறியோம்.

திருமாலின் பத்து அவதாரங்களைத் தசாவதாரம் என்பார்கள். அந்தப் பெயரில் சினிமாவும் வந்ததாக நினைவு. 'பத்துத்தலை

ராவணனை ஒற்றைத் தலை ராமன் வென்றான்' என்றொரு பாடல் வரியுண்டு. கம்பர் தனது கவித்திறன் குவித்து யாத்த செய்யுட்கள் பல இராவணனைப் பற்றியது. அவருடைய செல்லக் கதாபாத்திரம் அவன். இலங்கை வேந்தனுக்கு பத்துத்தலைகள். இராவணனைத்தயமுகன்என்பார் கம்பர். பத்து இரதங்களை உடையவன் தயரதன். சுந்தர காண்டத்தில், 'தய முகன்தருக என்று ஏய மன்னுடைச்சேனை' என்கிறார். 'ஆக்கரிய மூக்கு, உங்கை அரியுண்டாள் என்றாரை நாக்கு அரியும் தயமுகனார்' என்பார். ஆரணிய காண்டத்து சூர்ப்பனகைப் படலத்துப் பாடலில். யாவராலும் செய்தற்கு அரிய ஒப்பற்ற மூக்கை, உன் தங்கை அரியக் கொடுத்தாள் என்று சொன்னவரின் நாக்கை அரியும் இராவணன் என்பது பொருள்.

சுந்தர காண்டத்தில், காட்சிப் படலத்தில், இராவணனைச் சீதை கேட்கிறாள், 'அறிவு இல்லாதவனே, சிறப்பு அற்றவற்றைப் பேசிப் பத்துத் தலைகளையும் சிந்திப்போகச் செய்து கொள்வாயோ' என்று. முழுப்பாடலும் தரலாம்.

மேருவை உருவ வேண்டின், விண் பிளந்து ஏக வேண்டின்,
ஈர் எழு புவனம் யாவும் முற்றுவித்திடுதல் வேண்டின்,
ஆரியன் பகழி வல்லது; அறிந்திருந்து, அறிவிலாதாய்
சீரிய அல்ல சொல்லி, தலை பத்தும் சிந்துவாயோ?

சிறந்தவனான இராமனின் அம்பு, மேருவை உருவும், விண் பிளந்து ஏகும், ஈரேழு பதினான்கு உலகத்தையும் அழிக்கும் வலிமை உடையது. அதை அறிந்திருந்தும் அறிவில்லாதவனே, சீரிய அல்ல சொல்லித் தலை பத்தும் சிந்துவாயோ? என்பது பாடலின் எளிமையான பொருள்.

வாலியின் தம்பி, இராமனின் தோழன், அனுமனின் தலைவன், கிட்கிந்தையின் அரசன் சுக்ரீவனை அறிவோம். தசக்கிரீவன் தெரியுமா? பத்துக் கழுத்து உடையவன் என்று பொருள். பத்துத் தலை உடையவன் தானே பத்துக் கழுத்தும் உடையவனாக இருக்க இயலும்? நாலாயிரத் திவ்யப்பிரபந்தம், திருமங்கை ஆழ்வாரின் பெரிய திருமொழியின் பாடல்,

அலை நீர் இலங்கைத் தசக்கிரிவற்கு
இளையோற்கு அரசை அருளி

என்கிறது. 'கடலலை சூழ் இலங்கையின் வேந்தன் இராவணனின் தம்பி வீடணனுக்கு அரசு நல்கி' என்பது பொருள்.

தசகண்டன் என்றாலும் இராவணனே! கண்டம் எனில் கழுத்து. கரு நீலகண்டன், திரு நீலகண்டன், பெரு நீல கண்டன் என்பார்கள். ஆலகாலவிடம் தங்கிய, நீலம் பாரித்த கழுத்தை உடைய சிவனை.

இனிமேல் தசம் பற்றிய சில அகராதிப் பதிவுகள் பார்ப்போம்.

தச	-	பத்து. Bite. கடி என்னும் பொருள் கொண்ட வடசொல்.
தசக்கிரீவன்	-	இராவணன்.
தசகண்டன்	-	இராவணன்.
தசமுகன்	-	இராவணன்.
தசகம்	-	பத்துச் செய்யுள் கொண்ட பிரபந்த வகை. சதகம் எனில் நூறு செய்யுள் கொண்ட பிரபந்த வகை. 'குமரேச சதகம்', 'தண்டலையார் சதகம்', 'அறப்பளீசுர சதகம்' என்பன சில குறிப்பிடத்தகுந்த சதகங்கள்.
தசகாரியம்	-	1. The ten Spiritual experiences of the soul in its path towards final deliverance. தத்துவ ரூபம், தத்துவ தரிசனம், தத்துவ சுத்தி, ஆன்ம ரூபம், ஆன்ம தரிசனம், ஆன்ம சுத்தி, சிவ ரூபம், சிவ தரிசனம், சிவயோகம், சிவ போகம் எனும் ஆன்ம அனுபவ நிலைகள். *(நான் என்ன எழுதிச் சென்றாலும் 'சுட்ட சட்டி சட்டுவம் கறிச்சுவை அறியுமோ?)*
		2. பண்டார சாத்திரத்துள் அம்பலவாண தேசிகர், தட்சிணாமூர்த்தி தேசிகர், சுவாமிநாத தேசிகர் என்ற மூவரால் இயற்றப் பெற்ற மூன்று சைவ சித்தாந்த நூல்கள்.
		3. சிதம்பரநாத தேசிகர் இயற்றிய சைவ சித்தாந்த நூல்.
		4. மாய ரூபம், மாயா தரிசனம், மாயா சுத்தி, சிவரூபம், சிவ தரிசனம், சிவ சுத்தி, பிரம ரூபம், பிரமதரிசனம், தேக கைவல்லியம், விதேக கைவல்லியம் என்ற ஆன்ம நிலைகள்.
தச கூலி	-	பயிரிடும் தொழிலில் கொடுக்கும் பத்து வகைக் கூலிகள்.

தசசீலம் - பௌத்த துறவிகளுக்குரிய பத்து வகையான ஒழுக்கங்கள்.

தச தானம் - அந்தணருக்குக் கொடுக்கும் பத்துத் தானங்கள். பசு, பூமி, எள், பொன், நெய், ஆடை, வெல்லம், நெல், வெள்ளி, உப்பு என்பன.

தச திக்கு - பத்துத் திசைகள். நான்கு பெருந்திசைகள். கிழக்கு, மேற்கு, வடக்கு, தெற்கு என்பன. நான்கு கோணத் திசைகள், வடகிழக்கு, தென்கிழக்கு, தென்மேற்கு, வடமேற்கு என்பன. மேல், கீழ் என இரண்டு திசைகள். ஆகப் பத்துத் திக்குகள்.

தச நாடி - The ten tubular vessels of the human body, believed to be the Principal channels of the vital spirit. இடை, பிங்கலை, சுழுமுனை, காந்தாரி, அத்தி சிங்குவை, சங்கினி, பூடா, குகு, கன்னி, அலம்புடை என்னும் பத்து வகைப்பட்ட பிராணவாயு இயங்குவதற்குரிய வழியாகிய நாடிகள்.

தசப் பிரசாபதி - Lords of created beings, numbering ten. மரீசி, அத்திரி, அங்கிரசு, புலஸ்தியர், புலகர், கிரது, வசிஷ்டர், தக்ஷர், பிருகு, நாரதர் எனும் பத்து உப் பிரம்மாக்கள்.

தசப் பிராதுற்பவம் - திருமாலின் பத்து அவதாரங்களைப் பற்றிக் கூறும் நூல்.

தசப் பொருத்தம் - பத்து வகைத் திருமணப் பொருத்தங்கள்.

தச பந்தம் - செலுத்த வேண்டிய வரியில், பத்தில் ஒன்றை, குளம் வெட்டுதல் போன்ற பொதுக்காரியங் களுக்காக மாற்றி வைத்தல்.

தச பந்தவினாம் - பொதுத் தருமங்களை நடத்துவதற்காக, வரி குறைத்து விடப்பட்ட மானியம்.

தசபலன் - புத்தன்.

தச பாரம் - தச பாரமிதை. புத்த பதவிக்குரிய தானம், சீலம், க்ஷமை, வீரியம், தியானம், பிரஞ்ஞை,

	-	உபாயம், தயை, பலம், ஞானம் எனும் பத்துக் குண நலன்கள்.
தசம்	-	சிவிகை.
தசம்	-	பத்து. 'தச நான்கு எய்திய பணைமருள் நோன்தாள்' நெடுநல் வாடை. இங்கு தச நான்கு எனில் நாற்பது.
தசமம்	-	பத்தாவது.
தசமி	-	பத்தாம் திதி. தசமி திதியில் உண்ணும் ஒரு பணியாரம்.
தசமுக நதி	-	கங்கை.
தசமுகன்	-	இராவணன்.
தசமூலம்	-	The ten medicinal roots. கண்டங்கத்திரி, சிறு வழுதுணை, சிறுமல்லி, பெருமல்லி, நெருஞ்சி, வில்வம், பெருங்குமிழ், தழுதாழை, பாதிரி, வாகை எனும் பத்து மருத்துவ வேர்கள்.
தச மொழி	-	மோசை விதித்த பத்துக் கட்டளைகள். Ten Commandments.
தசரதன்	-	அயோத்தி அரசன். இராமன் தந்தை.
தசரா	-	A festival of 10 days in honour of Durga in the bright fortnight immediatly after Mahalaya Amavasai. துர்க்கா தேவியின் பொருட்டு மாளய அமாவாசையை அடுத்து நிகழ்த்தப் படும் பத்து நாள் பண்டிகை.
தசரிப்பு	-	தஸ்ரிஃப் எனும் அரேபியச் சொல். Reward, Present, இனாம்.
தசவந்தம்	-	தசபந்தம்.
தசவருக்கம்	-	Tenfold division of horoscope. ஜனன கால சக்கரத்தை இராசி, ஓரை, திரேக்காணம், சத்தமாங்கிசம், நவாங்கிசம், தசாங்கிசம், துவாதசாங்கிசம், கலாங்கிசம், திரிஞ்சாங்கிசம், சஷ்டி யாங்கிசம் எனப் பத்து வகையாகப் பிரிக்கும் பிரிவு.

தசாவதாரன் - பத்து அவதாரங்கள் எடுத்த திருமால்.

தசவாயு - The ten vital airs of the body. பிராணன், அபானன், உதானன், வியானன், சமானன், நாகன், கூர்மன், கிருகரன், தேவதத்தன், தனஞ்சயன் என்ற பத்து வாயுக்கள்.

தசனப்பொடி - கரிய நிறமுள்ள பற்பொடி.

தசனம் - பல், கவசம், மலை முடி.

தசனோற்பவம் - Teething. பல் முளைத்தல்.

தசாக்கரி - A melody. பண் வகை.

தசாகம் - இறந்தவர்களுக்குப் பத்து நாள் செய்யும் சடங்கு.

தசாங்கத்தியல் - ஆசிரிய விருத்தத்தால் அரசியல் உறுப்புகள் பத்தினையும் பாடும் பிரபந்த வகை.

தசாங்கம் - The ten constituents of a kingdom. நாமம், நாடு, ஊர், ஆறு, மலை, ஊர்தி, படை, முரசு, தார், கொடி (திருவாசகம்). யானை, நாடு, ஊர், ஆறு, மலை, குதிரை, தேர், முரசு, தார், கொடி (வெண்பாப் பாட்டியல்). யானை, நாடு, ஊர், ஆறு, மலை, குதிரை, தானை, முரசு, தார், கொடி (சூடாமணி நிகண்டு). தார் என்றால் மாலை, தானை எனில் சேனை, படை. அரசாட்சியின் இன்றைய அங்கங்கள் - சாராய ஆலை, மணல் - கல் குவாரி, சுரங்கங்கள், எஸ்டேட், பல கோடி விலையுள்ள கார்கள், கப்பல்கள், தீவுகள், கல்லூரிகள், பண்ணை வீடு, கொலையும் குற்றமும் கூசாமல் செய்யும் வாரிசுகள் (கும்பமுனி).

தசாங்கப் பொடி - பத்து வகை வாசனைத் திரவியங்களாலான தூபப்பொடி.

தசாங்கிசம் - இராசியைப் பத்தாகப் பிரித்துக் கிரகங்களின் நிலையைக் குறிக்கும் சக்கரம். தசாமிசம்.

தசா சந்தி - கிரகங்களின் சந்திப்பு.

தசாட்சரி - தசாக்கரி.

தசா நாதன் - தசைக்குத் தலைமை வகிக்கும் கிரகம்.

தசா பலன் - கிரக ஆட்சி காலத்தின் பயன்.

தசார் - பெர்சிய மொழிச் சொல். தயார்.

தசாவதாரம் - திருமாலின் பத்து அவதாரங்கள். மத்ஸ்யம் (மீன்), கூர்மம் (ஆமை), வராகம் (பன்றி), நரசிங்கம் (ஆளரி), வாமனன், பரசுராமன், இராமன், பலராமன், கிருஷ்ணன், கல்கி.

தசானனன் - தசமுகன்.

தசியு - தஸ்யு, ஆரியன் அல்லாத சாதிவகை, தாசர். திருடன்.

தசிரதேவதை - அசுவினி தேவர். மகாபாரதத்தில் குந்தி மூலம் இவருக்குப் பிறந்தவர்களே நகுலன், சகாதேவன்.

தசோபநிடதம் - ஈசம், கேனம், கடம், பிரசினம், முண்டகம், மாண்டூக்கியம், தைத்ரியம், ஐதரேயம், சாந்தோக்கியம், பிரகதாரணியம் எனும் பத்து சிறப்பான உபநிடதங்கள்.

தசம் எனில் பத்து எனில், தசத்துக்கு ஒப்பும் மிக்கும் உடைய நமக்கான சொற்கள் இல்லையா என்ன? பத்து எனும் மூன்றெழுத்துச் சொல்லுக்கு மூலச் சொல் பஃது. தொல்காப்பிய எழுத்ததிகாரத்தின் 445-ஆவது நூற்பா பஃது எனும் சொல் பயன்படுத்துகிறது. பஃபத்து என்றால் பத்துப் பத்து. நூறு என்கிறது தொல்காப்பிய உரை. பத்து எனும் சொல்லையும் தொல்காப்பியம் பயன்படுத்துகிறது. 'ஒன்று முதலாகிய பத்து ஊர் கிளவி' என்பது எழுத்ததிகார நூற்பா 475.

இனி பத்தின் சில சொற்கள் காண்போம்.

பத்து -
1. ஒன்பதோடு ஒன்றுகூடிய எண் 10.
2. நாலாயிரத் திவ்யப் பிரபந்தத்தின் பத்துப் பதிகம் கொண்ட பகுதி.
3. தசமி திதி, The tenth titi of a lunar fortnight.
4. இறந்த பத்தாம் நாள் செய்யும் பிரேதச் சடங்கு.
5. வயல், வடக்குப் பத்து, தெற்குப் பத்து, கீழப்பத்து, மேலப்பத்து.

6. பத்தி, பக்தி. 'பத்துடை அடியவர்க்கு எளியவன்; பிறர்களுக்கு அரிய வித்தகன், மலர் மகள் விரும்பும் நம் அரும்பெறல் அடிகள்' என்பார் நம்மாழ்வார்.

பத்துக்கட்டு	-	குடியானவன் சாகுபடி செய்யும் நிலம்.
பத்துக்காடு	-	வயற்காடு.
பத்துக் காலோன்	-	பத்துக் கால்கள் உடைய நண்டு அல்லது ஞெண்டு.
பதிகம்	-	கடவுளைப் பத்துச் செய்யுட்களாகப் பாடும் பிரபந்தம்.
பதிற்றந்தாதி	-	வெண்பா அல்லது கலித்துறையில் பத்துப் பாடலால் அந்தாதித் தொடையாகப் பாடப் படும் பிரபந்தம்.
பதிற்றுப் பத்தந்தாதி	-	பத்துப் பாடல்களுக்கு ஒரு சந்தமாக, பத்து சந்த பேதம் உடைய 100 செய்யுட்களால் அந்தாதியாகப் பாடப்பெறுவது. மதுரை பதிற்றுப் பத்தந்தாதி.
பதிற்றுப்பத்து	-	எட்டுத்தொகை நூல்களில் ஒன்று. சேரமன்னர் பத்துப் பேரைப் பத்துப் புலவர் பாடிய நூல். இவற்றுள் இன்று முதலாம் பத்தும் பத்தாம் பத்தும் கிடைக்கவில்லை.
பத்துப்பாட்டு	-	சங்க இலக்கிய நூல்கள் பத்துக் கொண்ட பகுப்பு. எட்டுத்தொகை நூல்கள் எட்டினுள் அடங்கும் பாடல்கள் 2420. இன்று கிடைப்பன 2350. பத்துப் பாட்டு நூல்கள் மொத்தம் 3551 அடிகள். பத்துப் பாட்டு நூல்கள் மொத்தம் பத்து. எட்டுப் புலவர் பாடியது. பழகி வந்த பாவினங்கள் ஆசிரியப்பாவும் வஞ்சிப்பாவும் இவற்றுள் புறத்திணை நூல்கள் 6, அகத்திணை நூல்கள் 3, அகப்புறத்திணை நூல் ஒன்று. இரு நூல்களை எழுதிய புலவர்கள் நக்கீரரும் கடியலூர் உருத்திரங்கண்ணனாரும். பத்துப்பாட்டு நூல்களைக் குறிக்கும் வெண்பா ஒன்று.

முருகு பொருநாறு பாணிரண்டு முல்லை
பெருகு வள மதுரைக் காஞ்சி - மருவினிய
கோல நெடுநல்வாடை கோல் குறிஞ்சி
பட்டினப்
பாலை கடாத்தொடும் பத்து!

திருமுருகாற்றுப்படை, பொருநராற்றுப்படை, சிறுபாணாற்றுப் படை, பெரும்பாணாற்றுப் படை, முல்லைப் பாட்டு, மதுரைக் காஞ்சி, நெடுநல்வாடை, குறிஞ்சிப்பாட்டு, பட்டினப்பாலை, மலை படுகடாம் என்பன.

பஃது, பத்து என்பன போல பதின் என்றாலும் பத்துத்தான். Teen Age எனும் சொல்லுக்கு இணையான தமிழ்ச் சொல் பதின் பருவம். ஐம்பதாண்டுகட்கு முன்னர் தமிழில் இந்தச் சொல் இல்லை. ஆனால் பதின்மர் எனும் சொல்லை தக்கயாகப் பரணியும் நன்னூலும் பயன் படுத்தியுள்ளன. பதின்மர் எனில் பத்துப் பேர். பதின் + ஆயிரம் = பதினாயிரம். பதின் + எட்டு = பதினெட்டு.

முருகனைப் பதினெண் கண்ணன் என்பார்கள். பதினெட்டுக் கணங்களைப் பதினெண் கணங்கள் என்பர். பதினெட்டு நூல்கள் கொண்ட தொகை, சங்க இலக்கிய நூல்கள், பதினெண்கீழ்க்கணக்கு எனப்படும்.

பதினெண் குடிகள், பதினெண் குற்றம், பதினெண் சித்தர், பதினெண் புராணம், பதினெண் பாடை (பாடை - பாஷை - மொழி) பதினெண் பூமி, பதினைந்தாம் புலி, பதினோராம் திருமுறை எனப் பதின் சார்ந்தும் பல சொற்கள். பதினெண் பாடை என்று பதினெட்டு மொழிகளைத் தமிழ் இலக்கியம் பேசுகிறது. இந்தப் பதினெட்டும் வடமொழி நீங்கலானவை. அவை, சிங்களம், சோனகம், சாவகம், சீனம், துளுவம், குடகம், கொங்கணம், கன்னடம், கொல்லம், தெலுங்கு, கலிங்கம், வங்கம், கங்கம், மகதம், கடாரம், கவுடம், கோசலம், தமிழ் என்பன.

'பசி வந்திடப் பத்தும் பறந்து போகும்.' என்பார்கள். நற்குணங்களான அந்தப் பத்துக்கும் பட்டியல் உண்டு. பசி வந்தாலும் அவற்றைப் பறந்து போக விடாத தன்மை உடைய மரபும் நமக்கு உண்டு. 'ஈன்றாள் பசி காண்பான் ஆயினும்' சான்றோர் பழிக்கும் வினை செய்யாத மாந்தர் உண்டு.

எட்டு எட்டாகத்தான் மனித வாழ்வைப் பிரித்துக் கொள்ள வேண்டும் என்று இல்லை. பத்துப் பத்தாகக் கூடப் பிரித்துக் கொள்ளலாம். ஒன்றும் பழுதாகிவிடாது. இன்ஞ், அடி, ஃபர்லாங், மைல் என்றவர்தாமே நாம், ஐம்பது ஆண்டுகளுக்கு முன்பு! இன்று மில்லி மீட்டர், சென்டி மீட்டர், மீட்டர், கிலோ மீட்டர் என்று ஆகவில்லையா?

பதினெண் கீழ்க்கணக்கு நூல்களில் ஒன்று முதுமொழிக் காஞ்சி கூடலூர் கிழார் இயற்றியது. பத்து அதிகாரங்கள். ஒவ்வொரு அதிகாரத்திலும் பத்து குறள் தாழிசைச் செய்யுள்கள். அதிகாரத் தலைப்புகள், சிறந்த பத்து, அறிவுப் பத்து, பழியாப் பத்து துவ்வாப் பத்து, அல்ல பத்து, இல்லைப் பத்து, பொய்ப் பத்து, எளிய பத்து, நல்கூர்ந்த பத்து, தண்டகப் பத்து என்பன.

எளிய பத்தில் ஒரு பாடல்.

உண்டி வெய்யோர்க்கு உறுபிணி எளிது

மிக்க உணவை விரும்புகிறவர்க்கு மிகுந்த நோய் எளிதில் உண்டாகும் என்பது பொருள். கொங்கு நாட்டில் ஒரு கல்யாண வரவேற்பு விருந்தில் உட்கார்ந்தால் நிறையப் பேர் நோயாளிகள் என்பது தெரியும். நல்கூர்ந்த அதிகாரப் பத்தில் ஒரு பாடல், 'சொல் செல்லா வழிச் சொலவு நல்கூர்ந்தன்று' என்கிறது. தன் சொல் மதிக்கப்படாத இடத்தில் ஒன்றைச் சொல்லுதல் வறுமையுறும் என்பது பொருள். இந்தப் பாடலில் 'சொலவு' என்றொரு பழைய ஆனால் இன்று நமக்கு நூதனமாகத் தெரியும் புதிய சொல்லை அறிமுகம் ஆகிறோம். சொலவு என்றால் சொல்லுதல் என்று அறிந்து கொள்கிறோம். சொலவு எனும் சொல்லின் உடன் பிறப்புக்களே சொலவம், சொலவடை என்று உணர முடியும்.

எண்கள் பற்றிய, முன் பின்னாக எழுதப் பெற்ற, பத்துக் கட்டுரைகளும் இத்துடன் முற்றுப் பெறுகின்றது. பன்னிரெண்டு, பதினெட்டு, நூற்றெட்டு என்று மேலும் சில கட்டுரைகள் எழுதலாம் தான். உலகத்து அத்தனை விதத் தேறல்களையும் யாம் பருகிக் களித்துவிட இயலாது. 'துய்ப்போம் எனினே தப்புந பலவே!'

இந்தக் கட்டுரைகள் அனைத்துமே எனதான ஒரு அகராதிப் பயிற்சியே ஆகும். பயிற்சியில் கண்டவற்றைப் பதிவு செய்தேன் அவ்வளவே! அகராதிப் பயில்வதை, அகராதிகள் ஊடாகப் பயணம் மேற்கொண்டதை, 'அகராதி' என்று குசும்பு செய்தவர் உண்டு. மூடை மூடையான குசும்புகளை ஞாபகக் கிட்டங்கிகளில் சேமித்து வைத்து மொத்த வியாபாரமும், பதுக்கல் வியாபாரமும் செய்பவர் சொல்கிறார்.

குறு வியாபாரியான நம்மைப் பார்த்து, குசும்பன் என்று! அடித்தூர் கறுத்த செம்புப் பானை, சில முறை அடுப்பில் ஏற்றப்பட்ட கிண்ணத்தைக் கறுப்பி என்றதாம்.

எந்த நற்சொல்லும் எதிர்மறைப் பொருள் கொண்டு புழங்கப் பெறுவதுண்டு. நாற்றம் என்ற சொல்லுக்கு நறுமணம் என்பதே ஆதிப்பொருள். 'பூவினுள் நாற்றம் நீ' என்கிறது பரிபாடலின் கடுவன் இளவெயினனார்பாடல். முழுப்பாடலுமே தரலாம், அதன் அருமை கருதி.

தீயினுள் தெறல் நீ; பூவினுள் நாற்றம் நீ;
கல்லினுள் மணியும் நீ; சொல்லினுள் வாய்மை நீ;
அறத்தினுள் அன்பு நீ; மறத்தினுள் மைந்து நீ;
வேதத்து மறை நீ; பூதத்து முதலும் நீ;
வெஞ்சுடர் ஒளியும் நீ ; திங்களுள் அளியும் நீ;
அனைத்தும் நீ; அனைத்தின் உட்பொருளும் நீ

இப்பாடலின் நாற்றத்தின் பொருள் என்ன, இன்று நாற்றம் என்றால் என்ன?

இலக்கிய 'நுண் அரசியல்' பேசப் புகாமல், நேரடியாகச் சொன்னால், இந்தப் பத்துக் கட்டுரைகள் எழுதியதன் மூலம், சொற்பெரு வனத்தில் உலாவும் அனுபவம் ஏற்பட்டது எனக்கு. நான் பல மரம் கண்ட தச்சன் என்றாலும் சில மரங்கள் வெட்டுகிறவன்.

இந்த எண்கள் பற்றிய அகராதிப் பயணத்தின்போது, பயிற்சியின் போது, சொற்களின் மாக்கடல் கரையில் நிற்கும் எளிய மாணவனாகவே உணர்ந்தேன். முலையிரண்டும் உடையாளும் பெண் காமுறக் கூடாதா என்ன? கம்பன் சொல்வது, 'ஓசை பெற்று உயர் பாற்கடல் உற்று, ஒரு பூசை, முற்றவும் நக்குபு புக்கென' என்று. மேலும் அடுத்த பாடலில், 'நொய்தின் நொய்ய சொல் நூற்கலுற்றேன்' என்பான். தமிழின் முன்னால் நிற்கும் போது எனக்கும் அவ்வாறே தோன்றுகிறது.

இந்தக் கட்டுரைகள் நான் எழுதியவை என்றாலும், அதில் பெரும்பங்கு தமிழ் அகராதிகள், நிகண்டுகள், Lexicon சொற்றொடர் அகராதி இவற்றுக்கு உண்டு.

தமிழுக்குத் தமிழ் எங்ஙனம் நன்றி பாராட்டும்.

சொல்வனம்
ஏப்ரல் 2017

உதவிய நூல்கள்

1. Tamil Lexicon, University of Madras, 1982.
2. பெருஞ் சொல்லகராதி, தமிழ்ப் பல்கலைக்கழகம், தஞ்சாவூர், 1989.
3. சங்க இலக்கியப் பொருட்களஞ்சியம், தமிழ்ப் பல்கலைக்கழகம், தஞ்சாவூர், 1986.
4. சங்க இலக்கியச் சொல்லடைவு, தமிழ்ப் பல்கலைக்கழகம், தஞ்சாவூர், 2007.
5. A World Index for Cankam Literature, Institute of Asian Studies, 1993.
6. தமிழ்ச் சொற்றொடர் அகராதி, மெய்யப்பன் பதிப்பகம், 2003.
7. அயற்சொல் அகராதி, வேரியம் பதிப்பகம், 2007.
8. பிங்கல நிகண்டு, வசந்தா பதிப்பகம், 2000.
9. திவாகர நிகண்டு.
10. அபிதான சிந்தாமணி, Asian Educational Services, 2001.
11. அபிதான கோசம், Asian Educational Services, 1985.
12. அபிதான மணிமாலை, டாக்டர் உ.வே. சாமிநாதையர் நூல் நிலையம், 1988.
13. எதுகை அகராதி, சந்தியா பதிப்பகம், 2009.
14. யாழ்ப்பாண அகராதி, தமிழ் மண் பதிப்பகம், 2005.
15. தமிழ் - தமிழ் அகரமுதலி, உலகத் தமிழாராய்ச்சி நிறுவனம், 1985.
16. திருக்குறள் - சொல்லகராதி, காசித்திருமடம், திருப்பனந்தாள், 2008.
17. கம்ப ராமாயண அகராதி, அ.சே. சுந்தரராஜன், 1971.
18. திருவாசகச் சொல்லகராதி, தாயக வெளியீடு, 2011.
19. இலக்கியச் சொல்லகராதி, சந்தியா பதிப்பகம், 2009.
20. சூடாமணி நிகண்டு, முல்லை நிலையம், 2016.

நாஞ்சில் நாடன் நூல்கள்

கவிதைகள்

மண்ணுள்ளிப் பாம்பு	2011
பச்சை நாயகி	2010
வழுக்குப் பாறை	2014

நாவல்கள்

தலைகீழ் விகிதங்கள்	1977
என்பிலதனை வெயில் காயும்	1979
மாமிசப் படைப்பு	1981
மிதவை	1986
சதுரங்கக்குதிரை	1993
எட்டுத்திக்கும் மதயானை	1988
Against All Odds (எட்டுத்திக்கும் மதயானை மொழிபெயர்ப்பு)	2009

சிறுகதைகள்

தெய்வங்கள் ஓநாய்கள் ஆடுகள்	1981
வாக்குப் பொறுக்கிகள்	1983
உப்பு	1990
பேய்க்கொட்டு	1994
பிராந்து	2002
நாஞ்சில் நாடன் கதைகள் (முதலைந்து நூல்களின் 80 கதைகளின் தொகை)	2004
சூடிய பூ சூடற்க	2007
கான்சாகிப்	2010
தொல்குடி	2014

தேர்ந்தெடுத்த சிறுகதைத் தொகுப்புகள்

முத்துக்கள் பத்து	2007
நாஞ்சில் நாடன் சிறுகதைகள்	2011
சாலப் பரிந்து	2012
காலக் கணக்கு	2014
கொங்குதேர் வாழ்க்கை (விகடன் கதைகள்)	2013
வல்விருந்து (கும்பமுனிக் கதைகள்)	2014
கனகக்குன்று கொட்டாரத்தில் கல்யாணம்	2015
சங்கிலிப் பூதத்தான்	2017

கட்டுரைகள்

நஞ்சென்றும் அமுதென்றும் ஒன்று	2003
நாஞ்சில் நாட்டு வெள்ளாளர் வாழ்க்கை	2003
நதியின் பிழையன்று நறும்புனல் இன்மை	2006
காவலன் காவான் எனின்	2008
தீதும் நன்றும்	2009
திகம்பரம்	2010
பனுவல் போற்றுதும்	2011
கம்பனின் அம்பறாத்தூணி	2013
சிற்றிலக்கியங்கள்	2013
எப்படிப் பாடுவேனோ?	2014
கைம்மண் அளவு	2016
விசும்பின் துளி	2016
சொல்லாழி	2017

தேர்ந்தெடுத்த கட்டுரைகள்

அஃகம் சுருக்கேல்	2014
அஃகம் சுருக்கேல் (மாணவர் பதிப்பு)	2015

நேர்காணல்கள்

நாஞ்சில் நாடன் நேர்காணல்கள்	2015